திரு அருட்பா தேன்துளிகள்

இரா. கங்காதரன்

notionpress.com

INDIA • SINGAPORE • MALAYSIA

ISBN
Paperback 979-8-89724-996-1
Hardcase 979-8-89906-616-0

வள்ளல் பெருமான் துதி

உச்சி முதல் வெள்ளாடை உடலைச் சூழ்ந்து ஒளி வீச,

சச்சிதா னந்த அருட் சாந்தம் முகத்தில் தவழ,

ஆன்மநேயம், சன்மார்க்கம், அன்பு, ஜீவ காருண்யம்

மேன்மையுறக் கதிர்பரப்பி மின்னும்சுடர் மேனியராய்,

வள்ளலென்று உலகுபோற்றும் வான்புகழ்ப்பிர காசம்ஒளிர,

தெள்ளமுதச் சுவைததும்ப திருஅருட்பா நூல்படைத்து,

சாதி, மதம் தவிர்த்து, மக்கள் சமரசமாய்த் திரண்டு தொழ

சோதிவழி பாடு அமைத்த தூயர்திருப் பேர்வாழி!

நூல் சமர்ப்பணம்

என் பெற்றோர் தெய்வத்திரு இராமலிங்கர் – இராஜம்மாள்
இருவர்க்கும் இந்நூல் சமர்ப்பணம்.

முன்னுரை

'**அ**ருட்பிரகாச வள்ளலார்' என அன்பர்கள் போற்றும் அருமைக்கும் பெருமைக்கும் உரியவரும், சீர்திகழும் சிற்றம்பலப் பதியோடு இணைந்து தம்பேர் திகழ விரும்பிச் சிதம்பரம் இராமலிங்கம் என்றே திருக்கையொப்பமிட்டுள்ள திரு அருளாளருமான வடலூர் இராமலிங்க அடிகளார் மனமுருகிப் பாடிய ஆயிரக்கணக்கான பத்திப் பாடல்களின் தொகுப்பு திரு அருட்பா என்னும் அரிய, பெரிய ஆன்மீக நூலாகும். அதனில் திருமுறைகள் என்னும் ஆறு பெரும் பிரிவுகளும், அவற்றுள்ளே பத்துப் பாடல்கள் வீதம் அமைந்த பதிகங்கள் என்னும் சிலநூறு உட்பிரிவுகளும் இடம் பெற்றுள்ளன.

அத்தகைய திரு அருட்பா நூலில் என் மனதில் ஆழமாகப் பதிந்தனவாய் அமைந்த 130 பதிகங்களைத் தலைப்புகளாய் எடுத்துக்கொண்டு, அப்பதிகங்களின் உட்கருத்து வெளிப்படுமாறு சிறு விளக்கங்கள் கொடுத்துத் தேன்துளிகள் எனப் பெயரிட்டு இந்நூலை உருவாக்கியுள்ளேன். ஒவ்வொரு தலைப்பின் கீழ் வரும் பாடல் தொகுப்பின் மையக் கருத்தைச் சுருக்கமாக இரண்டு வரிகளில் அறிமுகப்படுத்திவிட்டு, அதன்பின் பாடல்களின் சாராம்சத்தைச் சிறு விளக்கமாக விவரித்து, அதன்மூலம் வாசகர்க்கு அருட்பாக்களின் அரிய கருத்தை அறிய உதவும் இனிய வாய்ப்பை ஏற்படுத்திக் கொடுத்துள்ளேன்.

வள்ளலார் வருவிக்க உற்ற இருநூறாம் ஆண்டு நிறைவு பெற்றுள்ள நிலையில் அருட்பாக்களின் சுருக்கப் பொருளறிந்து வாசகர் பயன்பெறும் வகையில் தேன் துளிகளாக எழுதப் பெற்ற இந்நூல் அவர்களிடையே வரவேற்பைப் பெற்றிடும் என்னும் நம்பிக்கையுடனும், அதுவே எனக்கு வாழ்த்தாகவும், வள்ளலார்க்கு என் அன்புக் காணிக்கையாகவும் அமையும் என்னும் ஆவலுடனும் இந்நூலை வாசகர் முன் வைத்து, அருட்பா தேன்துளி அமுதத்தைச் சுவைத்து இன்புற வேண்டுகிறேன்.

அன்பன்
இரா. கங்காதரன்

பொருளடக்கம்

❖❖❖❖❖

திரு அருட்பா – மூன்றாம் திருமுறை

திரு அருட்பா – நான்காம் திருமுறை

திரு அருட்பா – ஐந்தாம் திருமுறை

திரு அருட்பா – ஆறாம் திருமுறை

சிவமயம்

திருச்சிற்றம்பலம்

அருட்பெருஞ்ஜோதி அருட்பெருஞ்ஜோதி
தனிப்பெருங்கருணை அருட்பெருஞ்ஜோதி

திரு அருட்பா -
முதல் திருமுறை

1. திருவடிப் புகழ்ச்சி

❖◦⋙⟨❖⟩⋘◦❖

நூற்றுஇருபத்து எட்டடிகள், நுணுக்கப்பொருள் உடையசொற்கள்
போற்றுவதுஇறை மாட்சியையும், பொற்பாதப் புகழினையும்.

அருளொளியும், அறிவொளியும், ஆழ்ந்த கவிப்புலமையும்
இறையருளால் வரப்பெற்ற இணையிலா வள்ளற் பெருமான், தமது
திருஅருட்பா நூலின் தனிச் சிறப்புத் தொடக்கமாக இறைவன் திருவடிகளைப்
புகழ்ந்து துதிக்கும் இப்பாடலை இயற்றியுள்ளார்.

மாதேவன் இறைமாண்பை மறைபொருள் கொண்ட தத்துவச்
சொல்லாட்சியால் மடை திறந்த வெள்ளம் போல் மந்திர மொழிகளால்
விவரிப்பவராய், மேன்மைமிகு சிவம், அறிவுமயம், முழுநிறைவு என
முறையே பொருள்படும் அரிய சொற்களான 'பரசிவம், சின்மயம்,
பூரணம்' எனத் தொடங்கி உருவகங்கள் வரிசையாய் ஒரு நூறு ஊற்றெனப்
பொங்கிவருமாறு சொல்லோவியம் புனைந்துள்ளார். சொற்கருஊலமாய்
விரியும் அத்தனை சொற்களும் ஆன்மிகத்து அகராதியின் அருந்துணை
கொண்டு அறியத்தக்க ஆழ்ந்த அர்த்தமுள்ள அற்புதத் தொகுப்பாகும்.
முதல் முப்பத்து இரண்டு அடிகளுமே முதலெழுத்து 'ப' எனத் தொடங்குமாறு
அமைந்துள்ளமை அவரது முதிர்ந்த மொழி ஆளுமையின் முத்திரையைப்
பதிக்கும் முத்தான வெளிப்பாடாகும். அதையடுத்து பதினெட்டுஅடிகள்
'த' எனத் தொடங்கி வருவதும், இருபத்திரண்டு அடிகள் 'ம' எனத் தொடங்கி
வருவதும் மலைப்பையும், வியப்பையும் ஊட்டுவன ஆகும்.

இத்தனை தத்துவப் பொருளாய் இலங்கும் சிவபெருமானின் ஏற்றமிகு
திருநாமங்களைச் 'சங்கரன்' எனத் தொடங்கி ஆதி, அநாதி என்றும்,
சந்திரசேகரன், கங்காதரன் என்றும், உமாபதி, பசுபதி என்றும், தாண்டவன்,
தட்சிணாமூர்த்தி, தாணு என்றும், சர்வேச்சுரன், பரமேச்சுரன் என்றும்
தொடரும் பல பெயர்களினால் துதிக்கின்றார்.

பாடலின் இறுதியில் வரும் எண்பது அடிகளிலும் பரமன் திருப்பாதங்களின் பெருமையினை மிகுந்த பத்திப் பெருக்குடனே சுகந்த நறுமணம் கமழும் சொல்மலர்களால் அருச்சித்துப் புகழ்பவராய், செம்பொற்பதம் என்றும், ஆனந்த நடனம் ஆடும் அழகுப் பதம் என்றும், மாதேவி மலைமங்கை மலர்க்கையால் வருடும் பதம் என்றும், அடியவர்கள் தொழுதேத்தும் பதம் என்றும், அன்பர்க்கு நலம் தர வந்தருளும் பதம் என்றும், அறக்கருணையும், மறக்கருணையும் தந்து ஆதரிக்கும் பதம் என்றும், தந்தை என்றும், தாய் என்றும், குரு என்றும், தெய்வம் என்றும் ஆகிய பதம் என்றும், 'என் உயிரான பதம், என் அறிவெனும் பதம், என் செல்வமாம் பதம்' என்றும், எல்லார்க்கும் நல்ல பதம், எல்லாம் செய்ய வல்ல பதம் என்றும் வரிக்கு வரி பதம், பதம் என்று பல்வேறு விதம், விதமான அடைமொழிகளினால் இறைவனைப் போற்றி, மனதுக்கு இதம், இதமாய் இன்பந்தரும் எழில்மிகு வர்ணனைகளால் துதிப்பாடித் தொழுகின்றார்.

2. விண்ணப்பக் கலிவெண்பா

பதிகள்நான்கு எழுபதின்பேர் பாடல்இதில் நினைந்துகூறித்
துதிகளினால் அங்குஉறையும் தூயோனைத் தொழுகின்றார்.

எண்ணூறுக்கும் அதிகமான பாடல் வரிகளைக் கொண்ட இந்த விண்ணப்பக் கலிவெண்பாவை, தில்லையெனும் சிதம்பரத்தில் வாழும் நடராசப் பெருமானைத் தலைமை தெய்வமென வணங்கிப் பாட வள்ளலார் தொடங்குகின்றார். தில்லை முதல் கயிலை வரை தென்னகத்திலும், வடபுலத்திலும் எல்லை இல்லாப் பரம்பொருளாய் எங்கும் உள்ள சிவபெருமானை அவர் கோவில் கொண்டு வீற்றிருக்கும் திருத்தலங்களை வரிசையாய்க் குறிப்பிட்டுச் சிறப்பு கூறி வழிபடுகின்றார்.

தமிழகத்துச் சோழநாட்டில் காவிரியின் வடகரையில் தில்லை முதலாக அமைந்த 64 தலங்களையும், காவிரியின் தென்கரையில் வாட்போக்கி முதலாக அமைந்த 127 தலங்களையும், பாண்டிய நாட்டில் மதுரை முதலாக வரும் 13 தலங்களையும், கொங்கு நாட்டில் அவிநாசி முதலாக வரும் 7 தலங்களையும், நடுநாட்டில் வரத்துறை முதலாக வரும் 22 தலங்களையும், தொண்டை நாட்டில் காஞ்சிபுரம் முதலாக வரும் 35 தலங்களையும், வடநாட்டில் பருப்பதம் முதலாகக் கயிலை ஈறாக வரும் 7 தலங்களையும் நினைந்து முறைப்படுத்திக் கூறும் இந்த நீண்ட பாடல் வள்ளலாரின் நினைவாற்றலுக்கும், பத்திமைக்கும் நிகரில்லை என்பதை நிரூபிப்பதாகும்.

திருத்தலங்கள் ஒவ்வொன்றின் பெயரும் ஒருவரியில் வர, அடுத்தவரியில் அங்குள்ள சிவாலயத்து இறைவனை வருணித்து, பசுபதியே, பரஞ்சுடரே, பஞ்சாக்கரப் பொருளே, சிற்பரமே, சின்மயமே, செழுங்கனியே, செம்பொன்னே, சிவக்கொழுந்தே, தற்பரமே, தனிமுதலே, தண்ணளியே, தெள்ளமுதே, அருள்மயமே, அருமருந்தே, மணிவிளக்கே, வாழ்முதலே, மெய்ப்பொருளே, முத்திவித்தே எனப் பற்பலவாக வரும் உருவகங்களாய்ச் சித்தரித்துத் துதித்து, இறுதியில் விண்ணப்பம் ஒன்றினை இறைவன் முன் வைக்கின்றார்.

தவறிழைக்கும் சாதாரண மனிதர்போல் தம்மையும் அவர் பாவித்து, அவரிழைக்கும் குற்றமெலாம் அகற்றிட முறையிடுவதுடன், 'ஆதரவின்றி அலைகின்றேன். வாழ்க்கையெனும் வன்பாலைவனத்துள், உன் அருள்நீர் தாகத்தினால் வாடித் தவிக்கின்றேன். துட்டெனென என்னைக் கைவிட்டுத் தூரத் தள்ளிவிடாமல், இட்டமுடன் உனது தொண்டனாக என்னை ஏற்றருள்க,' என வேண்டுகின்றார்.

3. சிவநேச வெண்பா

சிவநேயம் இல்லாரும், சிரம்தாழ்த்தி வணங்காரும்
பயனேதும் இல்லாது பாழுடம்பை வளர்த்தோரே.

'முன்னவனே, ஆனை முகத்தவனே' என்றழைத்து விநாயகப் பெருமான் திருவடிகளையும், 'வீறுடையாய், வேலுடையாய்,' என்றழைத்து முருகப் பெருமான் திருவடிகளையும் நினைந்து சரண் எனக் கூறியபின், 'சீர்சான்ற வேதச் செழும்பொருளே' எனத் தொடங்கி சிவநேச வெண்பாக்கள் ஒரு நூறுக்கும் அதிகமாக வள்ளலார் பாடியுள்ளார்.

மானுடரை இறைவன் படைத்து அவர்களின் ஊனுடம்பில் வெவ்வேறு உறுப்புகளை வைத்து அவற்றிற்கு உரிய ஆன்மீகச் செயல்பாடுகளை நிர்ணயித்திருந்தும், அவர்கள் அவ்வுறுப்புகள் அமைந்ததன் உயர் நோக்கத்தை உணர்ந்து செயல்படாமல், மாறுபட்ட வழிகளில் மனத்தைச் செலுத்துபவர்களாக இயங்குவதைக் கண்டு வருந்தும் வள்ளலார் அத்தகைய அங்கங்கள் அனைத்துமே பயனிலாதவை எனக் கடிந்து கூறுகின்றார்.

ஆலயம் போய் வலம் வராத காலும், அருளுரையைக் கேளாத காதும், தரிசனம் செய்யாத கண்ணும், தாழ்த்தி வழிபடாத தலையும், வாழ்த்துதல் செய்யாத வாயும், வணங்குதல் செய்யாத கையும், நீறணியாத நெற்றியும், நினைந்துருகாத நெஞ்சமும் உடையவர்கள், உண்டு கொழுத்த உடம்பால் ஒரு சிறிதும் பயனின்றி நடைப் பிணங்களாய் நடமாடுபவர்கள் தாம் என்று சாடுகின்றார்.

(திருவள்ளுவர் தம் திருக்குறளில் பார்க்காத கண்ணும், கேட்காத செவியும் பயனற்றவை என்றாவது போல், கடவுள் திருவடிகளை வணங்காதவர்களின் தலைகளும் பயனற்றவை என்று கூறியிருப்பதும், தேவாரத்தில் அங்கமாலை எனும் பதிகத்தில் திருநாவுக்கரசர், உடலின் அங்கம் ஒவ்வொன்றும் ஆன்மா நலம் பெறவும், ஆண்டவன் திருவருள்

கைகூடவும் எங்ஙனமெல்லாம் இயங்க வேண்டும் என வலியுறுத்திக் கூறி இருப்பதும் வள்ளலார் கருத்துக்கு மேலும் வலுசேர்ப்பனவாகும்.)

இறுதியில், வள்ளலார் இறைவனிடம், 'என் பிழையைக் கருதி என்னை நீ அடித்தாலும், அணைத்தாலும் அடைக்கலம் நீயே ஆதலின், உன் திருவடி நீழலை நான் அடையும் வரை உன் அடியார்களிடம் உன் பெருமைகளைக் கேட்டுக் கொண்டு இருக்கச் செய்வாயாக' என்று மனமுருகி வேண்டுகின்றார்.

4. மகாதேவ மாலை

பொருள்நிறைந்த சிதாகாசம் போன்றசொல் மலர்களினால்
அருள்நிறைந்த மாதேவற்கு அணிவித்துஇவ் வழகுமாலை.
(சிதாகாசம் – ஞானவெளி)

'**க**ருணை நிறைந்து' எனத் தொடங்கும் காப்புச் செய்யுளை அடுத்து வரும் எழுபது பாடல்களில் மாதேவன் மகேசனின் இறைமாட்சியையும், மகத்துவத்தையும், அருளுருவத்தையும் தத்துவார்த்தமாய் விரியும் வார்த்தைகளால் வருணித்தும், உருவகப்படுத்தியும் பாடித் துதிக்கின்ற வள்ளலார், ஒவ்வொரு பாடலின் இறுதியிலும் 'தேவே' என விளித்து அத்தகைய மகாதேவனின் பெருமையை நாம் வியந்து போற்றுமாறு விவரித்துள்ளார்.

அலகில் அறிவானந்தமாகிச் சச்சிதானந்த மயமாகி அமர்ந்த தேவே என்றும், ஈன்றருளும் தாயாய், தந்தையாய், எழிற்குருவாய், தெய்வதமாய் இலங்கும் தேவே என்றும், மெய்யடியார் இதயமெலாம் கலந்துகலந்து இனிக்கின்ற கருணைத் தேவே என்றும் வேதங்கள் தொடுவதற்கு அரிய வெளிமுழுதும் பரவி ஒளிரும் ஞானஜோதித் தேவே என்றும் வரும் வரிகள் மட்டுமின்றி, அருளருவி வழிந்து வழிந்து ஓங்கும் ஆனந்தத் தனிமலையே என்றும், அன்னையினும் பெரிதினிய கருணை ஊட்டும் ஆரமுதே என்றும், உய்யும் நெறி ஒளிகாட்டி ஓங்குகின்ற சுயஞ்சுடரே என்றும், ஞானச் செங்குமுதம் மலரவரும் மதியே என்றும், உயிருக்குயிராம் ஒளியே என்றும், உள்ளத்தே ஊறுகின்ற தெள்ளமுத ஊறலே என்றும், உருவத்துள் உருவம் என்றும், அருவத்துள் அருவம் என்றும் வரும் ஆழ்ந்த பொருளுடைய சொற்றொடர்கள், மனக் கருங்கற் பாறையையும் துளைத்து உட்சிந்து உருக்கும் வடிவத்தோன் மகாதேவன் எனும் அவரது கருத்தினை நம் மனதில் ஆழப் பதிப்பனவாய் அமைந்துள்ளன.

மகாதேவ மாலையில் மற்றுமுள்ள முப்பது பாடல்களிலும் வள்ளலார் தம்மை மிகவும் தாழ்த்திக் கொண்டு, தவறு பல செய்தவர் போல் காட்டிக் கொண்டு, அதன் விளைவாக, கள்ள மனக் குரங்கு ஆட்டும் ஆட்டத்தால்

உள்ளம் மெலிந்து கவலையில் உழல்வதாகவும், மத்தினால் கடையப்பட்டு அலையும் தயிர் போல் பித்து ஏறிக் கலங்குவதாகவும், பொதிமாடு பொருள் சுமப்பது போல் பொய்யுலகில் பொய் சுமந்து புலம்புவதாகவும், பம்பரம் போல் ஆடி அலைக்கழிக்கும் பாவி மனம் கட்டுப்படாமல் உள்ளதாகவும், பெற்றவளைக் காணாத பிள்ளை போல் பெருந்துயர் உறுவதாகவும், பற்றிப் படர கொழுகொம்பு இல்லாத இளங்கொடி போல் பரிதவித்துத் தளர்வதாகவும், இருளில் நடக்கும் குருட்டு ஊமையன் தன் கையில் இருந்த ஊன்றுகோல் இழந்தது போல் தவிப்பதாகவும், உருளும் வண்டிச் சக்கரம் போல் உய்யும்வகை அறியாமல் உள்ளதாகவும் கூறி வருந்தி, பிழைகள் பல செய்ததனால் இந்தப் பிறவிக்கடலை விட்டுத் தாமாக ஏற இயலாது என்றும், பெருமானின் கருணை ஒன்றே பிழை பொறுத்துக் கரை ஏற்றுவதற்கு எண்ணுதல் வேண்டும் என்றும் இரங்கற்கு உரிய வேண்டுகோள் ஒன்றினை இறுதியில் வைத்து இறைஞ்சுகின்றார்.

5. திருவருண் முறையீடு

குறையொன்றும் இலர்எனினும் குறையுளராய்த் தமைத்தாழ்த்தி இறைவன்திரு வருள்வேண்டி ஏங்கிமுறை யிடுகின்றார்.

அருளரசே, அருட்குன்றே, அருளமுதே, அருட்கடலே, அருளொளியே, மன்றிலாடும் அருள்இறையே, அருட்சிவமே என ஆண்டவனை அன்போடு அழைக்கும் சொற்களைக் கொண்டு முதற் பாடலைத் தொடங்கி நீளும் 232 பாடல்களைப் பாடி வள்ளலார் இறைவனின் திருவருளை வேண்டி முறையிடுகின்றார்.

அனைத்து அறநெறிகளிலும், ஆன்மிகச் சிந்தனைகளிலும் தனித்த சிறப்புடன் திகழும் தன்மையுடையவர் இவர் எனினும், வனத்தில் வேடன் விரித்த வலையில் சிக்கி வருந்துகின்ற மானைப் போல் மனத்தில் வளரும் ஆசையெனும் மயக்க வலையில் வீழ்ந்து துன்புறும் பிற மனிதர்போல் தம்மையும் வைத்து மிகுந்த தன்னடக்கமுடன் திருவருள் நாடி முறையிடுபவராய், இறைவன் தாளை வணங்கித் தம் குற்றம் நீங்கும் வகையில் திருத்தியருள வேண்டுகிறார்.

தமது அவல நிலையை மேலும் விவரிப்பவராய்த் தொடர்ந்து சொல்வார்: 'மாயையின் சுழலில் அகப்பட்டுப் பொய்யான உலகியல் நிகழ்வுகளால் நெருப்பில் இட்ட மெழுகைப் போல் உள்ளம் அழிகின்றேன். சினத்தாலும், காமத்தாலும், என்னைச் சீரழிக்கும் மனத்தாலும் துயருறுகிறேன். காற்றில் விடப்பட்ட பஞ்சினைபோல் பரிதவிக்கிறேன். எள்ளாடுகின்ற செக்கிடையே சிக்கினாற்போல் தள்ளாடித் தடுமாறுகிறேன். வெய்யிலின் வெப்பத்தில் வெம்பி வதங்கும் எலும்பற்ற புழுவைப் போல் துடிதுடித்துத் துவள்கிறேன்,' என்றும்,

'பரம்பொருளே, நின் பதத்தை நினையாமல் இருந்த பாவத்தால் நான் அன்பற்ற பாவி என்று கைவிட்டால், என் பற்றுக்கோடு உன்னையன்றி வேறு எவர் உளர்? ஈன்ற தாயின்றி வாடுகின்ற இளங்கன்றைப்போல் உனது

அருளின்றி நான் என்ன செய்வேன்? என் பிழைகளைப் பொறாமல் என்னை நீ வெறுத்தாலும், தண்டித்தாலும் வேறு துணை எனக்கு இல்லையே. இந்தச் சிறியவன் படும் துன்பக் கலக்கமெல்லாம் உருத்தெரியாமல் போகச் செய்குவாய். என் தளர்வையெல்லாம் உன்னிடமின்றி வேறு எவருக்கு எடுத்துரைப்பேன்? இருட்கடலில் தவிக்கும் என்னைப் பொருட்படுத்திக் கரையேற்ற வேண்டுகிறேன். தேவார நாவரசர் நல்லூரில் விரும்பியவாறு அவர் தலைமேல் உன் திருவடி வைத்து அளித்த பேறு எனக்கும் கிடைக்க அருள்புரிவாய்,' என்றும்,

'என்னரசே, என்தெய்வமே, சரணம், சரணம்! உவமை சொல்ல இயலா வகையில் எங்கும் ஒளி வீசித் திகழும் சிவமே, சரணம், சரணம்! உன் தூய திருவடிகளைத்தொழுது வாழும் தொண்டரில் என்னையும் சேர்த்துக்கொண்டு, உன் துதி பாடி மகிழ்ந்து நான் வாழ்ந்திருக்குமாறு என் பெருந்தேவே! கருணை புரிந்தருளே,' என்றும் வேண்டி முறையிடுகின்றார்.

6. வடிவுடை மாணிக்கமாலை

**அன்னைவடி வுடைஅம்மன் அருள்நாடிப் பெறுவதற்குச்
சென்னையில் இருந்துஇவர் சென்றுபாடிய நூறுபாடல்.**

'கடலமுதே, செங்கரும்பே, அருள் கற்பகக் கனியே'எனத் தொடங்கி ஒரு நூறு பாடல்கள் மடலவிழ் ஞான மலரான வடிவுடை அம்மனை வாழ்த்தி வணங்கி வள்ளலார் பாடியுள்ளார். திரு ஒற்றியூரிலே கோயில் கொண்டு ஆட்சி செய்யும் தியாகேசப் பெருமானுடன் இருந்து காட்சிதரும் மாதேவி வடிவுடை அம்மனின் அருள் மாட்சியினை விவரித்து மாணிக்க மாலையென மதிப்புமிகு சொல் மணிகளினால் பாடி மகிழ்பவராய், ஒவ்வொரு பாடலின் இறுதியிலும் 'வடிவுடை மாணிக்கமே' என்று வாயினிக்க அழைக்கின்றார்.

பாடல் வரிகளினூடே அன்னை வடிவுடை அம்மனைச் 'சிவசத்தியே, சிந்தாமணியே, செம்பொருளே, சிற்சுகானந்தமே, தெய்வப் பெண்ணமுதே, தெய்வீகத் திருமலரே, கருணை வடிவே, கலைமகளும் அலைமகளும் கருத்தோடு உன் பணியைக் கடைப்பிடிக்கத் தலைமகளாய்த் திகழ்கின்ற மலைமகளே, மெய்ஞ்ஞானத் தெளிவே, மாற்றொளிரும் பசும்பொன்னே, வையகம் ஓங்கும் மருந்தே, அன்பர் கையகத்து அமர்ந்த கனியே' என்பவை போல வரும் எழில்மிகு உருவகங்களால் வரிதோறும் வருணித்துப் பாடி, அத்தகைய வடிவுடை அம்மனை வணங்குவோர் நீண்ட வாழ்நாளும், நன்மனைவி மக்களுடன் வறுமை வராத வளமும், புகழும், நல்லறிவும் தாழ்விலாது அடையப் பெறுவார்கள் என்று உறுதிபடக் கூறுகின்றார்.

அடுத்தபடியாக, வள்ளலார் தன்னிரக்கம் கொண்டவராய்த் தம்மைத் தாழ்த்திக்கொண்டு, 'என்போல் குணத்தில் இழிந்தவர் இல்லை. பெரும் பேதையாகிய நான் வாழ்க்கைத் துயரமென்னும் பேரலையில் அகப்பட்ட துரும்பாக அலைகின்றேன். அச்சத்தாலும், தீவினைத் தொடர்பாலும் அழுது கலங்குகின்றேன். தாயே, நீ மிகவும் தயவுடையவள் என்று சொல்வர். ஆதலினால் சேயான நான் படும் துன்பங்கள் நீங்கிடுமாறு திருவுளம் இரங்கி என் பிழைகளைப் பொறுத்து அருள்புரிவாயாக,' என்று வேண்டுகின்றார்.

பிழைபுரிந்தும் மனம் வருந்தித் திருந்தாத மற்றவரைப் போல் அன்றி, நூல்இழையளவும் தவறிழையா இயல்புடைய வள்ளலார் தம் பிழையைத் தவிர்த்தருள தாயின் தயையை வேண்டுதல் போல், நம் பிழையைத் திருத்துதற்கும் நாடுவோமே, அவர் நன்னெறியை.

திரு அருட்பா -
இரண்டாம் திருமுறை

7. புண்ணிய விளக்கம்

**நெஞ்சே, ஏன் கலங்குகிறாய்? நீறணிந்துஅஞ் செழுத்துஓது.
பஞ்சேபோல் துன்பமெலாம் பறந்தோடி நன்மைவரும்.**

'பாடற்கினிய வாக்களிக்கும்' எனத்தொடங்கிப் பாடியுள்ள இப்பதிகத்தின் பதினோரு பாடல்களிலும் 'நெஞ்சே நீ அஞ்சேல், என் ஆணை கண்டாய்' என்று மூன்றாம் அடி முடிவிலும், 'சிவாய நமவென்று இடு நீறே' என்று நான்காம் அடி முடிவிலும் சொற்றொடர்கள் வருமாறு அமைத்துப் புண்ணிய விளக்கத்தை வள்ளலார் தந்துள்ளார்.

அல்லற்பட்டு, உள்ளம் சோர்ந்து அஞ்சுவோரின் அச்சம் நீங்க, தெள்ளத் தெளிவானதாகவும், செய்ய எளிதானதாகவும் உள்ளது ஒரு வழியென்று வள்ளலார் உரைக்கின்றார். உலகியல் துன்பம் நம்மைத் தொடராது ஒழிய, நாம் செய்ய வேண்டிய தெல்லாம் திரு ஐந்தெழுத்தாகிய சிவாய நம என்று உச்சரிப்பதும், தூய திருநீறணிந்து தொழுவதும் ஆகிய இரண்டான வழிமுறையே. இடர் நீங்கும் இனிய வழியாய் இது இருப்பது மட்டுமன்றி, உடன் விளையும் நன்மைகள் யாவை என்றும் விவரிக்கிறார்:

'பசியின்றி வாழப் பாலும், சோறும் பரிவோடு அளிக்கும். சீலமும், செல்வமும் சேர்த்தளிக்கும். மனவளமும், வல்லமையும் வாய்க்கப் பெறவைக்கும். நல்ல அடியார்களோடு நட்புறவை உண்டாக்கும். மாயை மயக்கத்தில் வீழாமல் மனதைத் தடுத்து, வினைகளை வேரறுத்து,மீண்டும் மீண்டும் பிறப்பதை ஒழித்து, மெய்ஞ்ஞான வீட்டை அடையும் வழிகாட்டும். காண்பதற்கு அரிய தெய்வ தரிசனத்தைக் காட்டுவிக்கும். ஐயமே இதில் வேண்டாம், ஆணை என்மேல்,' எனத் தம் கருத்தை வலியுறுத்துகின்றார்.

8. நமச்சிவாயப் பதிகம்

தமைச்சிவனார் சிந்தனையில் தவறாதுவைத் திருந்ததனால்,
'நமச்சிவாயத்து இறைவடிவை நான்மறவேன்' என்கின்றார்.

'சொல்லவாவிய' எனத் தொடங்கித் தொடரும் பத்துப் பாக்களிலும் நல்லனவே தந்தருளும் நமச்சிவாயப் பெருமை கூறிப் பாடுவது இப்பதிகம் ஆகும். நமச்சிவாய என்றும், சிவாயநம என்றும் போற்றப்படும் அஞ்செழுத்தின் சிறப்பைத் தேவாரம் பாடிய மூவரும் நாவாரப் புகழ்ந்துத் துதித்தவை நமச்சிவாயப் பதிகங்கள். அந்த ஞானியரை அடியொற்றி நம் வள்ளலாரும் ஊனுயிர் உருகிப் போற்றும் உணர்வுடன் இந்த நமச்சிவாயப் பதிகத்தைச் சிற்றம்பலத்து அரசரையும், திருவொற்றியூர் சிவத்தையும் தொழுதுப் பாடியுள்ளார்.

'அனைத்துலகங்களையும் தாங்கிநிற்கும் ஆதாரத் தம்பமாகவும், அன்பர்களின் பற்றுக்கோடாகவும், கண்ணிறைந்த காட்சியாகவும், உள்நிறைந்து ஒளிரும் ஒளியாகவும், உண்ணத் தெவிட்டாத தேனாகவும், நால்வேதப் பொருளாகவும், நம்பினோரை, வாழ்விக்கும் நலமாகவும் திகழும் நமச்சிவாயத்து இறையனாரை நான் மறவேன்,' என்கின்றார்,

'தாயும், பிள்ளையும் ஒருவரை ஒருவர் மறந்தாலும், உயிரும், உடலும் ஒன்றையொன்று மறந்தாலும், கற்றதை மனம் மறந்தாலும், கண்கள் இமைப்பதை மறந்தாலும், வறுமையோ பெருவாழ்வோ வந்தாலும், பேறுகள் பலவும் பெற்றாலும், இழந்தாலும், இன்பதுன்பங்கள் இடையிடையே வந்தாலும், இன்னும் பல நாள் இருந்தாலும், இக்கணமே இறந்தாலும் மறவேன் நான்,' என்கின்றார் மாதேவன் அஞ்செழுத்தை.

9. அருளியல் வினாவல்

திருமுல்லை வாயில்வாழ் தேவடிவரை 'ஏன்'என்னும்
ஒருசொல்லும் கேளாமைக்கு உளம்நொந்து பாடுகின்றார்.

'**தே**னென இனிக்கும் திருவருட் கடலே' எனத் தொடங்கித் தொடரும் பத்துப் பாக்களிலும் 'முல்லைவாழ் மாசிலா மணியே' என்று இறைவனைக் கூவி அழைத்து, 'நான் உனது திருக்கோயிலை நாடி அங்கே வந்தபோது என்னை ஏதும் கேட்காமல் இருந்தனையே. இது உன் திருவருளுக்கு இயல்போ' என இறுதி வரிகளில் இறைவனின் அருள் உள்ளத்தைத் தொடுமாறு வினா எழுப்பி வள்ளலார் பாடியுள்ளார்.

ஊன்பொதிந்த உடலுடையவன், உணர்வில்லாதவன், அறிவில்லாதவன், தீவினை புரிந்தவன் எனக் கருதித் தம்மை இறைவன் தவிர்த்ததாகத் தன்னடக்கத்தோடு பாடும் இவர், அடுத்து (இறைவனுக்கு நினைவூட்டுவது போல), 'அறிமுகம் இல்லாத புதியவனோ, அன்னியனோ நான் அன்றே. உன் பூவடிகளுக்கு அன்பு பூண்ட தொண்டன் நான் அன்றோ? கனவிலும் உன்னை விட்டு அகலாத நான் உன் திருவருளைப் பெறலாமென்று எண்ணி அங்கு வந்த போது உன் திருக் கண்களால் நோக்கி வா என அழைக்காமல் இருந்ததும், நீயார், எங்கு வந்தாய், ஏன் வந்தாய் என்று எதையும் கேளாமலே இருந்ததும் உன் இனிய அருட்கருணைக்கு இயல்பாகுமோ?' என்று வினவி இறைவன் ஏனோ பாராமுகமாய் இருந்ததாய் மிகவும் பரிதவித்துப் பாடியுள்ளார்.

10. அபராத விண்ணப்பம்

மெய்யுணர்வே தம்வடிவாய் மேன்மைஇவர் பெற்றிருந்தும்
செய்யும்பிழை கருதித்தமைச் சிவன்கைவிடாது ஏற்களன்பார்.

'**தே**வியல் அறியாச் சிறியனேன்' எனத் தொடங்கும் இப் பதிகத்தின் பாடல்களில் வள்ளலார் தம்மைப் பிழை செய்பவராகக் காட்டிக்கொண்டு, பிழைகருதிச் சினங் கொண்டு சிவன் தம்மைக் கைவிட்டால், ஐயோ யாது செய்வதென ஒவ்வொரு பாட்டின் இரண்டாம் அடியிலும் தன்னிரக்க நிலையை வெளிப்படுத்துகின்றார்,

'கொடியவன் என்றோ, கோபமுள்ளவன் என்றோ, பயனற்றவன் என்றோ, பாழ்செயல் புரிபவன் என்றோ, வஞ்சகம் சூழ்ந்த நெஞ்சினன் என்றோ, நாணமில்லாத நடத்தை உடையவன் என்றோ என்னை நீ புறக்கணித்து விடுவதானால், வேறென்ன செய்வதென்று தெரியாமல் விழிக்கின்றேன். அஞ்செழுத்தை ஓதி உய்யும் வகையை அறியாமல், பாவக் கொடுஞ்சுமையைச் சுமந்து திரியும் என் பிழைகளைப் பொறுத்தருள வேண்டும்,' என மனமயக்கமற்ற பத்தர் மனதில் ஒளிரும் மணி விளக்காய்த் திகழும் திருவொற்றியூர் தெய்வத்துக்கு விண்ணப்பம் விடுக்கின்றார்,

(மனம் அறிந்தோ, அறியாமலோ பிழைசெய்யும் மக்களெல்லாம் பிழை உணர்ந்து மனம் வருந்தித் திருந்தி வாழ வேண்டும். அதற்கு மாதேவன் அருளை நாடுதல் வேண்டும் எனும் நற்கருத்தை வள்ளலார் நம்முன் வைத்துள்ளார் எனக் கொள்வோமாக!)

11. எழுத்தறியும் பெருமான் மாலை

அழுத்தித்துன் புறுத்தும்இடர் அத்தனையும் நீங்குதற்கு
எழுத்தறியும் பெருமானின் இன்னருளை வேண்டுகின்றார்.

'**சி**ந்தை மயங்கித் தியங்குகின்ற' எனத் தொடங்கித் தொடர்ந்து வரும் முத்துப் போன்ற 31 பாடல்கள் கொண்ட மாலையினைத் திருவொற்றியூர் தியாகேசருக்கு வள்ளலார் சூட்டுகின்றார்.

'நில்லா இவ்வுடம்பை நிலையனவே நேசித்துப் பொல்லாக் குணம் உடையவனாய், பொய்யும், சூதும், வாதும், தீதும் அறிந்தேன் அன்றி, எழுத்தறியும் பெருமான் உன் பெருமை யாதும் அறியாதிருந்ததால், ஆறாத மனநோயாலும், தீராத உடற்பிணியாலும் புண்ணாகி,மாறாத துன்பத்தால் துடிக்கின்ற ஏழைகளுக்கும் ஏழையாக நான் இடர்ப்படுகிறேன்,' என்றும், 'நஞ்சனைத்தும் உண்டு உலகைக் காத்த தயாநிதியே! முன்னை வினைகள் முற்றும் அழித்து என்னை உன் தாமரைப் பாதங்களில் அடிமையாக்கிக் கொள்ள எத்தனைநாள் செல்லும்? என் கண்ணீரைத் துடைத்தருள என்று நீ வருவாயோ? கண்ணாளா, என்மீது கருணை காட்ட எண்ணாயோ? சோர்ந்து தளரும் என்முன் வந்து ஒரு சொல்லேனும் சொல்லாயோ? உன் திருக்கோயிலுள் நீ இல்லையோ?' என்றும் இறைவனிடம் முறையிட்டு அருள்வேண்டிக் கலங்குகின்றார்.

(தம்மைத் தாழ்த்திக் கூறிக் கொள்வது இவரது தன்னடக்கம் மட்டுமன்று. தவறிழைப்போர் இவ்வாறு வேண்டி நன்னடக்கை வழிக்கு வந்து நலம்பெற விழையும் பொதுநோக்கம் உடைமையே. 'எழுத்தறியும் பெருமானே' எனமுடியும் பாக்களினால் அழுத்தமாய் நம் மனதில் பதிக்கின்றார், ஆண்டவன் அருளை வேண்டுக என்பதை).

12. திருப்புகழ் விலாசம்

**திகழ்ந்தொளிரும் ஒற்றியூர் தியாகேசர் மாண்பதனைப்
புகழ்ந்துரைக்கப் புனைந்தவைதிருப் புகழ்விலாசப் பாடல்கள்.**

'**து**ங்க வெண்பொடி அணிந்து' எனத் துவங்கும் இப்பதிகத்தின் பாடல் ஒவ்வொன்றின் இறுதியிலும் 'திகழும் ஒற்றியூர் சிவபெருமானே' என்றழைத்துத் தியாகேசர் புகழை வள்ளலார் பாடுகின்றார். 'நீறுபூத்த வெண்ணிற நெருப்பாய் ஒளிர்பவனே, அம்பலத்தில் நின்று ஆடவல்லானே, ஆலமரம் கீழமர்ந்து அறம் அருள்பவனே, யாவுமாகி நின்று இலங்கும் பரம்பொருளே, சிவஞானியர்கட்கு அரசே, சிறந்த சொற்களால் மாமறைகள் போற்றும் சிவந்த பாதங்களை உடையவனே, ஒழுக்க சீலர்கள் நாள்தொறும் வாழ்த்தும் நாதனே, தஞ்சம் அடைந்தவர்க்கு அருள் செய்யும் தற்பரனே, என்னைப் போன்றவர் செய்யும் பிழையை நாடாது நல்லருள் தரும் நற்குணக் குன்றே,' எனப் பலவாறாகப் புகழ்ந்து பாடியபின்,

'மாசு படிந்து மாறுபட்ட என் மனதைத் திருத்தி, மாயையின் மயக்கத்தைப் போக்கிட நீ வருவதென்றோ? தூயதிரு நீறணிந்து உன் கோயிலில் அடிமைப் பணி செய்யும் தொண்டனாகி உன் துணைப் பாதங்களை வாழ்த்தியும் வணங்கியும் உன்னருளைப் பெறும் நாள் என்றோ?' என ஆவலை வெளிப்படுத்தி அண்ணலும், அம்மையும், அப்பனும் ஆனவனின் அருளால் திண்ணமாய் அது நிறைவேறத் துதிக்கின்றார்.

13. தவத்திறம் போற்றல்

**சிவத்தின்எழில் காட்சிகண்டு சிந்தைகளிப் புற்றபேறு
தவத்தின்திறன் தமக்களித்த தனிச்சிறப்பெனப் போற்றுகின்றார்.**

'வி'ல்வத்தொடும்' எனத் தொடங்கி விரியும் பத்துப் பாக்களிலும் 'அம்மா நான் என்ன தவம் செய்தேனோ' என வியந்து போற்றும் வரிகளை இறுதியில் வைத்து வள்ளலார் இப்பதிகத்தைப் பாடுகின்றார். சிவபூசைக்குரிய வில்வம் மற்றும் கொன்றையுடன் விளங்கும் செல்வப் பெருமான் சிவபெருமான் தியாகப்பெருமான் திருவழகைச் சிந்தை குளிரக் கண்டு அதிசயித்து 'என்ன தவம் செய்தேனோ!' என்று வியந்து பெரு மகிழ்ச்சியில் ஆழ்ந்த மனத்தவராய்ப் பின்வருமாறு பாடுகின்றார்.

'தில்லைச் சிற்றம்பல நடராசராகவும், மதுரைச் சோமசுந்தரராகவும் திகழும் திருவொற்றியூர் தியாகேசப் பெருமான் திருவீதி உலா வரும் திருக்கோல வடிவத்தையும், திருமுகத்தையும் கண்டபோது,என் வினைகள் எல்லாம் என்னை விட்டு விலகிப் போன வழி பார்த்து என்னை நான் மறந்தேன். கவனமெலாம் ஈர்த்துக் கல்லையும் கனியாக்கும் கடவுள் பவனி வரும் அரிய காட்சியைக் கண்டு எல்லை இல்லாத இன்பம் பெற்றேன். சிறப்புமிக்க தியாகப் பெருமானின் திருக்கூத்தைப் பிறப்பை அறுக்கும் திருவொற்றியூரில் பார்த்துப் பேரானந்தம் அடைந்தேன்' என்று இவ்வாறாகக் கண்ணும் மனமும் மகிழக் கண்ட திருக்காட்சியை எண்ணி எண்ணித் தாம் செய்த தவத்தின் பயனாகப் பெற்ற பெரும் பேறெனப் போற்றி வியந்து பாடியுள்ளார்.

14. திருவண்ணாமலைப் பதிகம்

சுயஞ்சோதி வடிவமாகத் தோன்றும்அண்ணா மலைத்தேவை
நயந்தேத்தித் தொழும்வாய்ப்பை நல்வரமாய் வேண்டுகின்றார்.

'**வெ**ளங்கிளர் சடையும்' எனத் தொடங்கி வரும் பத்துப் பாடலிலும் உளங்கிளர்ந்த ஆவலுடன் அருணைநகர் ஆலயம் போய் அருணாசலர் அருளைப் பெறும் ஆர்வத்துடன் வள்ளலார் தமது ஆவலை வெளிப்படுத்துகின்றார்.

'அருள்நிறைந்த அருணாபுரித் தெய்வமே, அடி, நடு, அந்தம் கடந்த அற்புத மலையே, சித்தர்களின் உரிமைச் செல்வமே, பத்தர்கள் நாடும் பரம்பொருளே, பரசிவானந்த அமுதமே, உலகின் உயிர்கள்தொறும் உள்நின்று ஊட்டுவித்து இயக்கும் ஒப்பிலா ஒருபெரும்தேவே' என்றழைத்து, திருமாலும் பிரமனும் தேடியும் காணாத திருவடியும், திருமுடியும் உடைய சிவபெருமான் ஆலயம் கொண்டமர்ந்த அருணைநகர் சந்நிதி போய், உண்ணாமுலை உமையாள் இடபாகம் உடனிருக்கும் அன்புருவத் திருமேனி அழகு கண்டு, என்புருகத் துதிக்கின்ற இனிய வரம் வேண்டுகின்றார்.

'அருணைநகர் வர அவாவும் என் ஆவல் நிறைவேறுமாறு என்னை அங்கு வரச் செய்து, ஐம்புலன்களின் ஆதிக்கத்தால் நான் அடையும் கலக்கத்தை அருள்பழுத்த உன் கருணையால் அகற்றிடுவாயாக. இருள்பழுத்த மனத்தவன் நான் என்றாலும், என் பிழையைப் பொறுத்துக் கொண்டு பிறவியெனும் பெருங்கடலை விட்டேறுமாறு என்னை அருணை நகருக்கு வருவித்து அருள்தருவாயாக' என்று அன்புடன் கோருகின்றார்.

15. பிரசாதப் பதிகம்

புள்ளிருக்கு வேளூரின் புகழ்மிகுவைத் தியநாதர்,
உள்ளிருக்கும் நோய்தீர்த்து உடல்நலம்காப் பவராவார்.

'சரதத்தால்' அதாவது நிச்சயமாய் எனத் தொடங்கும் இப்பதிகம் வைத்தியநாதப் பெருமான் தமது அருள்நோக்கால் பிணிகளைப் போக்க வல்லவர் எனப் புகழ்ந்து பாடுவதாகும். வைத்தீஸ்வரன் கோயில் என்றும் பேர் வழங்கப்படும் திருத்தலமாகிய புள்ளிருக்கு வேளூரில் ஆலயம் கொண்டுள்ள வைத்தியநாதர், தம்மைச் சார்ந்து விரதம் இருந்து வணங்கித் துதித்துத் தொழும் அன்பர்களின் பிணியைத் தீர்த்து வைக்கும் பெருமைமிக்க மருத்துவ தெய்வமாவார்.

'வைத்தியநாதப் பெருமானே, எத்திறத்து மக்களாயினும் அவர்களை வருத்துமாறு வரும் பிணியானது உமது அருளாகிய மருந்தினால் அன்றி மற்றெதனாலும் தீராது. வேறு எவராலும் தீர்க்க இயலாத நோயும் உமது அருளால் தீரும். வருந்தும் பிணியாளர்கள் உம்மை நாடி வந்து, பொருந்தும் பத்தி மனத்தோடு போற்றித் தொழுவர் எனில், மனமிரங்கி அருள் சுரந்து நோய் தீர்க்க வல்ல மருந்தே நீர் என்றாகி, நலமளித்து, நல்வாழ்வை நல்குவீர். உமது அருளைப் பெறாதவர்கள் நோய்க்கு இடம் கொடுத்து நொந்து வருந்த நேரும்' என்று வைத்தியநாதர் வழிபாட்டில் அடங்கும் மருத்துவ மகத்துவத்தைப் பாடும் வள்ளலார், அவரது அருளையே பிரசாதம் என்று போற்றுகின்றார்.

16. குஞ்சிதபாதப் பதிகம்

விஞ்சுதல்வேறு இலாஒளியாய் விண்ணில்நடம் புரிகின்ற
குஞ்சிதபா தக்கருணைக் கூத்தன்அருள் கோருகின்றார்.

'**தி**ருவண்ண நதியும்' எனத் தொடங்கும் இப்பதிகம் பதினாறு
அடிகளுடைய பத்துப்பாடல்கள் கொண்டதாகவும், ஒவ்வொரு பாடலும்
'கமலகுஞ்சிதபாதனே' என முடியும் வகையில் அமைந்தனவாகவும் உள்ளன.
கனகசபை என்கின்ற சிதம்பரப் பொற்சபையில் கால் தூக்கி வளைத்த பாதம்
எனப் பொருள்படும் குஞ்சித பாதத்துடனே கருணை நடம் புரிகின்ற நடராசப்
பெருமானைத் துதிக்கும் வள்ளலார், தாம் எவ்வண்ணம் இறைவடிவைக்
கண்டு மகிழ்ந்தாரோ அவ்வண்ணம் நாமறிய அற்புதமாய்ப் பாடுகின்றார்.

அழகான என்று பொருள்படும் 'வண்ண' என்னும் சொல்கொண்டே
வருணனைகள் வருவனவாய் வண்ணநதி (கங்கை), வண்ணமதி (பிறைநிலவு),
வண்ணநுதல் (நெற்றி), வண்ணமுகம், வண்ணமுறுவல் (புன்னகை), வண்ண
மலர்ப்பாதம், வண்ணமிகு வடிவமென எண்ண, எண்ணத் தொடர்ந்து
வரும் இருபது சொற்றொடர்களினால் இறைவன் திருமேனியின் வனப்பை
முதற்பாடலில் வண்ணமுறப் பாடுகின்றார்.

அதனை அடுத்து, 'ஞானமயமான வானவெளியில் ஆனந்த நடனமிடும்
அரசே, பரப்பிரமே, சிவமே, வித்தேதும் இல்லாமல் விளைவெல்லாம்
தருகின்றவிஞ்ஞான மழைமேகமே'என்றழைத்து, 'எப்போதும்எனைக்காக்கத்
தந்தை நீ உண்டு, ஏமவல்லித்தாய் உண்டு, உன் அடியார்கள் என்னும் சுற்றம்
உண்டு, நிராசை என்னும் மனைவி உண்டு, அறிவு என்னும் புதல்வன் உண்டு,
திருநீறு என்னும் கவசம் உண்டு, அஞ்செழுத்து என்னும் மந்திரப் படை
உண்டு, சிவகதி என்னும் வாழ்வு உண்டு,' என்று மனநிறைவு கொள்கிறார்
எனினும் தன்னடக்கத்துடன், 'காற்றில் சுழலும் பஞ்சு போல் அல்லாமல் என்
நெஞ்சு என் வசமாக, நான் உன்வசமாக, நல்லறிவைத் தந்தருள்வாய்' என்றும்
'எப்பிறவி வந்தாலும் உன் இணையடிகளை மறவாத மனம் ஒன்று மாத்திரம்
எனக்கு அமைதல் வேண்டும்' என்றும் விருப்பம் வெளிப்படுத்துகின்றார்.

17. போற்றித் திருப்பதிகம்

ஆற்றையும் மதியையும் அணிந்தசிவன் சீர்உரைத்துப்
போற்றின, போற்றினப் புகழ்வதுஇப் பதிகமாகும்.

'அருள்தர வேண்டும்' என்று ஆரம்பித்து அனைத்துப் பாடல்களிலும் 'போற்றி' எனும் சொல் இடையிடையே வருமாறு அமைத்து இறைவனைப் பாடும் வள்ளலார், 'போற்றுவார் மனதில் புகுந்தொளிரும் ஒளியே, போற்றுதற்கு அரிய பெருமையே, பதிபசுபதியே, நிதிதரும் நிறைவே, நீறு பூத்து ஒளிரும் குளிர் நெருப்பே, புணையெனும் தெப்பமாக வந்து துயர்க் கடலிலிருந்து கரை ஏற்றும் புனிதனே, இணையில்லாப் பேரின்ப அமுதை அருளும் கருணையே' எனப் பலவாறாக அழைத்துப் போற்றுகின்றார்.

'என் மனதைக் கெடுக்கும் இருள் அகல வேண்டும். உலக இன்பத்தில் மயங்கும் மருள் ஒழிய வேண்டும். செய்பிழைகளைப் பொறுத்து, என் சிறுமையை விலக்கி, பிறரிடம் என்னைச் செலுத்தாமல் உனது அடைக்கலப் பொருளாக்கி, உன் பணியே புரியுமாறும், உன் புகழே பாடுமாறும், உன் புகழே கேட்குமாறும் என்னை உன் வசமாக்க வேண்டும். உன் பணி புரிந்து கொண்டு, நாவால் உன் ஐந்தெழுத்தை நாளும் நான் ஓத வேண்டும்' என்று உள்ளத்தின் ஆவலை வெளிப்படுத்திப் பாடியுள்ளார்.

18. தரிசனப் பதிகம்

தவப்பயனாய்த் தாம்கண்ட தரிசனத்தின் சிறப்பதனை
உவப்பதுவாய் வருணித்து ஊட்டுகிறார், நமக்குஆவல்.

'திருவார் பொன்னம்பல நடுவே' எனத் தொடங்கித் தில்லைச் சிற்றம்பலத்தில் தாம் கண்ட அரியதிருக் காட்சியினை அழகழகாய் விவரித்து, 'இன்னும் ஒருகால் காண்பேனோ' என வியக்கும் இறுதி வரியை ஒவ்வொரு பாடலிலும் வைத்து இப்பதிகத்தை வள்ளலார் பாடுகின்றார்.

அந்தம் எனும் முடிவில்லாத ஆனந்தம் அளிக்கின்ற அம்பலத்தரிசனம் கண்டு, முந்தைய தவப்பயனென்று முற்றிலும் பரவசமாகி இறைவன் திருவடிவழகைப் 'பொன்னோ, பவளமலையோ, புது மாணிக்கத் திரளோ, மின்னலென விரிந்து மிளிர்ந்த ஒளிச்சுடரோ' என அதிசயித்துக் கண்டதாகவும், 'தாயினும் பெரிய தயை கொண்டவராகவும், அமுதத் திரள் எனத் தக்கவராகவும், என் கண்ணானவராகவும் திகழ்பவரின் திருக்கோலத்தையும், திருக்கூத்தையும், புன்னகை பூத்த முகப்பொலிவையும் ஈயினும் சிறியவனாகிய நான் மனங்குளிரக் கண்டேன் ஆயினும், பிரிய இயலாத நிலையில்தான் பிரியலானேன். அருளே வடிவாய் அம்பலத்தே ஆடும் அரசரைக் கண்டு தரிசித்தேன் எனினும் மருளே வடியாய் உள்ள நான் மதிகெட்டு மறந்தே பிரிந்தேன். இருள் மனத்தவனாகிய நான் அந்த இணையிலாத் திருக்கூத்தை இன்னும் ஒருமுறை காண்பேனோ!' என்று ஏங்கித் தவித்ததாகவும் பாடியுள்ளார்.

19. கருணை விண்ணப்பம்

**இறையவர்தம் அடியவர்மேல் இரக்கமுளார் எனும்இயல்பின்
முறையதனை முன்வைத்து மொழிவதுஇவ் விண்ணப்பம்.**

'நல்லார்க் கெல்லாம்' எனத் தொடங்கி, ஒரு பாடலின் இறுதிச் சொல்லே அடுத்த பாடலின் முதற்சொல்லாக வருமாறு அமைந்த அந்தாதி வடிவத்தில் அடுத்தடுத்த பத்துப் பாடல்களையும் வள்ளலார் பாடியுள்ளார்.

'ஆனந்த நடனம் செய்யும் அருள்மிகுந்த பெருமான் இன்னும் ஏன் இந்த அடியேன் மேல் இரக்கம் கொள்ளாது இருப்பதுவோ? தாயைப் போன்றவனே, சிறிது என்மேல் தயை புரிந்தால் ஆகாதோ? இச் சேயை நீ கைவிட்டால் சிரிக்காதோ இவ்வுலகம்? அன்று சிறுவனாக இருந்த எனக்கு அருள் செய்தாய். இன்று அருளவில்லையே! என்றும் ஒரே தன்மையானவன் எம் இறைவன் என்பது பிழையோ? அரிய பெருமான் என்றும், எளியோரை ஆளும் பெருமான் என்றும், யாவர்க்கும் பெரிய பெருமான் என்றும் உன்னைப் போற்றுவது உண்மையெனில், உலகின் மயக்கத்தில் கிடக்கும் என்னை விடுவித்து அருள்புரிவது உன் கடன் அன்றோ? மடமை உடையவன் நான் எனினும் மனம் இரங்காயோ? கருணைக்கே இடமில்லையோ? நான் உனக்குப் புதியவன் இல்லையே. உனக்கு அடிமையாக இருக்கப் பொருத்தமில்லாதவனும் இல்லையே. உன்னையே வழிபடும் தொண்டனாகிய என்னை இன்னும் சோதிப்பதோ? எளிய எனது பிழைகள் யாவும் பொறுத்து, துன்பக் கடலில் துவளும் என்னைத் தூக்கி எடுத்து உன் அருள் நலத்தை அளிப்பாயாக' என்று விண்ணப்பிக்கின்றார்.

20. பொதுத் தனித் திருவெண்பா

அருகம்புல் கொண்டுஅர்ச்சித்து ஆடலரசர் அருள்பெற்றால்,
பெருகும்வளத் துடன்,பதவி பெற்று,முத்திப் பேறுஅடையலாம்.

'வ'ந்திக்கும் மெய்யடியார்' எனத் தொடங்கும் பாடலும், அதைத் தொடர்ந்து வரும் அனைத்துப் பாடல்களும் வெண்பா என்னும் பா அமைப்பில் உள்ளவையாய் வள்ளலார் பாடுகின்றார். 'சங்கரா, சயம்புவே, ஆரமுதே, ஆவித்துணையே, ஆருயிர்க்கு ஆதரவே, நந்தா மணியே, நமச்சிவாயப் பொருளே, எந்தையே, என் சிந்தையில் நிற்கும் சிவனே' என்றழைத்து வந்தனை செய்து வாழ்த்தியபின், 'அந்தோ, உன் அருள் இன்றி நான் இங்கு அல்லலுறல் சந்தோடமோ, உனக்கு? சிறியவன் நான் என்றாலும், செய்த பிழையோ பெரிது. உனது அருட்பெருமையோ அதனினும் பெரியதன்றோ! உன்னை நினைந்தே உலாவிவரும் என்னைக் கைவிட வேண்டாம். துயரத்தைச் சுமக்க முடியாமல் அயர்வுறுகின்றேன். என் மீது இரக்கம் கொள்வாயாக' என வேண்டுகிறார்.

அடுத்து, தம் மனத்துக்குச் சொல்பவராய், 'பொய்யிலும், காமப் புது மயக்கிலும் போய் என்ன பலன் கண்டாய்? பொன்னே போல் திகழும் இறைவனிடம் போய் வணங்கக் கற்கவில்லையே, என்னே உன் இழிந்த தன்மை! இவ்வழியிற் செல்லாமல் இறைவனடியைச் சேரும் அவ்வழியில் செல்லென்று சொன்னாலும் கேளாத உனக்கு இனி என்னால் உறவு ஏதுமில்லை' என்று வெறுத்துரைக்கின்றார்.

மேலும், தத்துவார்த்தமான கருத்தொன்றை ஒன்பதாவது பாடலில் பின்வருமாறு குறிப்பிடுகின்றார். பகுதி, தகுதி, விகுதி எனும் மூன்று சொற்களில் இடையெழுத்தாகிய 'கு' இரட்டித்தால், குகு, குகு, குகு, – அறுகு அதாவது அறுகம்புல். முதல் எழுத்துக்களைச் சேர்த்தால் ப, த, வி. – பதவி. கடைசி எழுத்துக்களை சேர்த்தால் தி, தி, தி, – முத்தி. அறுகம்புல்லைக் கொண்டு அருச்சித்தால் பதவியும், முத்தியும் கைகூடும் என்கின்றார்.

21. அம்மை திருப்பதிகம்

நம்மையெலாம் ஈன்றுகாக்கும் நடராசர்க்கு இடபாகத்து
அம்மைசிவ காமவல்லி அருள்வேண்டித் துதிக்கின்றார்.

'உலகின் உயிர்'எனத் தொடங்கி ஒவ்வொன்றும் பதினாறு அடிகளாய்
நீளும் பத்துப் பாடல்களும் இறுதியில் ஒரே மாதிரியாக 'பரசிவானந்த
வல்லி உமையே' என விளித்துப் பாடுவதாக, புகழ்மணிச் சொற்களால்
புனையப்பட்ட பொன் ஆரம் போல் பொலிவுறுகின்றன. அகில அண்டம்
எனும் அனைத்து உலகங்களையும், அவற்றுள் சராசரம் எனும் அசையும்
பொருள், அசையாப் பொருள்களையும் அதாவது இயங்கவல்ல பலவகை
உயிரினங்களையும், இயங்காது நிலைத்திருக்கும் பொருள்களையும்
படைத்துக் காத்தருளி, தில்லை திருத்தலத்தில் நடராசர் திருவுளம்
மகிழ அவருடன் உறையும் பரசிவானந்தவல்லியான உமையம்மையின்
பெருமைகளைப் போற்றும் பதிகம் இதுவாகும்.

உலகின் உயிர்வகைகள் உவகையுற இனிய அருளமுதம் உதவும் ஆனந்த
சிவையே என்றும், பரமசிவசத்தியே என்றும், இறைவி, இமாசலகுமாரி,
பைரவி, விமலை, அமலை என மறைகள் போற்றும் மாதேவி என்றும், கோமளத்
தெய்வமலர் என்றும், கோவாத முத்தென்றும், குறையாத மதியென்றும்,
கருதும் அடியவர் இதய கமலத்தில் வளரும் அன்னம் என்றும், நித்தியானந்த
வடிவு என்றும், உயிரான ஒளியின் உணர்வென்றும் அம்மையைப் புகழ்ந்து,
உவமை சொல்ல மிக அரிய உயர்ந்த சிவ நெறியினை உமையம்மை தனக்கு
உணர்த்தியதாகவும் உவக்கின்றார்.

இரவின் மாயைப் பொழுதில் துன்பம் என்னும் கள்வர் வந்து தம் மனதை
எழுப்பி வசப்படுத்திக் கொள்ள முனைந்து, அறிவு என்னும் விளக்கை
அணையச்செய்து அடிமை செய்ய முயன்றபோது உமையம்மையைக்
கூவி அழைத்து முறையிட்டதைக் குறிப்பிட்டு, 'என்மதி ஏழைமதி. இதனைக்
கொண்டு எவ்வகையில் அழியாத இன்பநிலை காண்பேனோ?' எனக்
கலங்குகின்றார். 'நீறணிந்து, சைவ நெறி நின்று, ஐந்தெழுத்தோதி, உனக்குப்

பூசை செய்து சிவஞானம் பெறுகிற விருப்பம் உடைய எனக்கு, பொய்யாத மொழியும், மயல் செய்யாத செயலும், வீண் போகாத நாளும், புத்தி தளராத நிலையும், உன்னை என்றும் மறவாத நெறியும், இறவாத தன்மையும், மீண்டும் பிறவாத கதியும் மாதேவியே, அருள்க' என மிக மிக உருக்கமாய் வேண்டுகிறார்.

22. ஆனந்தக் களிப்பு

நல்லமருந்து எனவைத்திய நாதர்அருள் நாடுகின்றார்,
அல்லல்தரும் நோயகற்றும் அருளாளர் அவர்என்பதால்.

'அருள்வடிவான மருந்து' எனத் தொடங்கி நான்கு நான்கு அடிகள் வரும் 32 பாடல்களில் வைத்தியநாதப் பெருமானை மருந்தெனவே வணங்கிப் புகழ்ந்து வள்ளலார் பாடுகின்றார். புள்ளிருக்கு வேளூர் என்னும் திருத்தலத்தில் பொருந்தி அருள்புரியும் அவரைப் பிணியால் வருந்துவோர்கள் அணுகிப் போய்த் தொழுதால் அவர்களின் நோய்த் துன்பத்தைத் தீர்த்து நலம் அளிக்க வல்லவர் ஆதலால் அவரையே நல்ல மருந்து என்றும், சுகம் நல்கும் மருந்து என்றும் போற்றுகின்றார்,

அம்பலத்தில் ஆடுவதும், நம்மை ஆனந்தத்தில் ஆழ்த்துவதும், நம்பலமாய் அமைவதும், புத்தமுதம் ஆகிப் பிணி தீர்ப்பது மட்டுமின்றி நம் வினைகளை தீர்க்கும் மருந்தாவதும், பிறப்பை ஒழிப்பதும், இறப்பைத் தவிர்த்து இன்பம் அளிப்பதும் இனிய சச்சிதானந்தப் பெருமருந்தே என்பார். வாய் பிடியாமல் நோய் பொடியாக்குவதும், என்றும் கெடாததும், எல்லாப் பிணிக்கும் ஏற்றதாக இருப்பதும், கரும்பினும் இனிப்பதும், இரும்பு மனதையும் குழைவிப்பதும், தாயான கருணை காட்டுவதும், சதாசிவமான மெய்ஞ்ஞானம் அளிப்பதும், சின்மயஜோதி மருந்தாகி, சித்தியும், முத்தியும் சேர்த்தே அளிப்பதும் வைத்தியநாத மருந்தே எனப் பாடுகின்றார்.

(இறைவனையே மருந்தாக எண்ணித் தொழுதும் துதித்தும் அருள் நாடும் முறையினை நம்முன் வைக்கும் முதிர்ந்த பத்தித்திறம் கொண்ட வள்ளலார், பிணியாலும், துயராலும், பிறர் வாடல் கண்டு இரக்கப்பட்டு, இனியாவது அவர்கள் படும் இடர்நீங்கவும், பிணியகலவும் நாடட்டும் இறையருளை. நலம் பெறுமாறு உளம் உருகிப் பாடட்டும் இத்தகைய பாடலென நமக்களித்துள்ளார்.)

23. வேட்கைக் கொத்து

'ஏன்மறந்தான் கணவன்எனை?' என்றேங்கும் இளம்பெண்போல்
ஆன்மாவின் வேட்கையினை அழகாய்வெளிப் படுத்துகின்றார்.

'**வி**ண் படைத்த புகழ்த்தில்லை' எனத் தொடங்கும் இப்பதிகமானது
வள்ளலார் இதற்குமுன் படைத்த பாடல்களினின்றும்
வேறுபட்டு அகத்துறை சார்ந்ததாக அமைத்ததுபோல் தோன்றினாலும்,
அவர் கொண்டிருந்த ஆழ்ந்த பத்தியினை அழகிய கோணத்தில்
வெளிப்படுத்துவதாகவே விளங்குகின்றது.

மணந்ததைக் கணவன் மறந்துபோன மனத்துயர் தாங்க இயலாத
மனைவி நினைந்துருகி ஏக்கமுறும் நிலையறிந்து, அவனே வந்து சேர்ந்து
இணைந்து இன்பம் தரும் இனிய அகத்திணை அதாவது உள்ளத்தில்
நிகழ்கின்ற இன்ப ஒழுக்க நிகழ்வைப் போன்றே அமையுமாறு
புனைந்திருக்கும் இவ்வேட்கைக்கொத்தின் பத்துப் பாடல்களும் வள்ளலார்
சிற்றம்பலத்தரசர் மீது கொண்ட பற்றையும், உள்ளார்ந்த ஆன்ம
வேட்கையையும் விவரிப்பன ஆகும்.

தக்க மணமகன் கரத்தால் தாரமாய் மணமாலை சூடுவது
மெல்லியல்புடைய இளமங்கையர்க்கு மிக்க மகிழ்ச்சியை அளிப்பதாகும்.
அத்தகைய அரிய வாய்ப்பை வள்ளலாரும் பெற்றனராம், வித்தகமாய்த்
தில்லையில்விளங்கிநடம்புரியும்திருநடராசப்பெருமானின்திருக்கரத்தால்.
நங்கையாய் இவரை வைத்து நாதன் திரு நடராசர் தம் கையால்
மணமாலையை இவருக்குச் சூட்டினாராம். பரிந்து வந்து இளம்பருவத்தில்
மாலையிட்டவர், பாராமுகமாய், வருந்தத் தம்மை விடுத்ததனால் வள்ளலார்
மிக வாட்டமுற்றுப் பாடுகின்றார்.

'என்னுயிரிற் கலந்து நின்றவர், என் கண் போன்றவர், சிற்றம்பலப்
பொதுவில் நடம் புரிகின்ற செல்வ நடராசர், அன்று மணம் முடித்த போது
அருளமுதம் அளிப்பேன் என்று சொன்னவர் இன்னும் அளிக்கவில்லை.

என்று வருவார், அதனை எனக்கு அளிக்க? 'என்று பாடி ஏங்குகின்றார். 'பால் மறந்த இளம் பருவத்திலேயே அவரிடம் எனக்குப் பித்து உண்டாகுமாறு செய்து மணம்புரிந்த அவரை நான் விடுவேனோ? பெண்ணின் பரிதாபம் காணல் பெருந்தகைக்கு அழகாகுமோ? இதனை யாருக்கு உரைப்பேன்? என் செய்வேன்?' எனக் கலங்கி உருகுகின்றார். ஆழிக்கும் அதாவது கடலுக்கும் ஆழமான காதல் அம்பலத்தார் மீது கொண்டு, தம் தோழிக்கு இதைச் சொல்லுவதாய்த் தொடுத்துளார் இப்பதிகத்தை.

திரு அருட்பா -
மூன்றாம் திருமுறை

24. திருவுலாப் பேறு

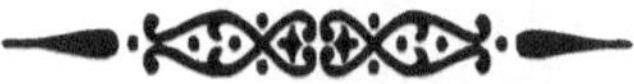

அருங்காட்சியாய் உலாவந்த அழகுத்தியா கேசர்மேல்
பெருங்காதல் உற்றபெண்ணாய்ப் பெற்றஅனு பவம்சொல்வார்.

'சீரார் வளஞ்சேர்' எனத் தொடங்கித் திருவொற்றியூர் தியாகேசப் பெருமான் இரவு நேரம் திருவீதி உலா வந்த திருக்காட்சியைக் கண்டு முற்றிலும் பரவசநிலையில் தாம் மூழ்கித் திளைத்ததைப் பத்துப் பாடல்களில் வள்ளலார் விவரிக்கின்றார். பெண்ணுருவாய்த் தம்மை கற்பனை செய்து கொண்டு, அந்நிலையில் தாம் அடைந்த இனிய அனுபவத்தை இன்னொரு பெண் அறியுமாறு எடுத்துரைப்பதாய் ஒவ்வொரு பாடல் இறுதியிலும் அப்பெண்ணை அழைத்து, 'என்னடி நான் இச்சை மயமாய் நின்றதுவே' என்று வருமாறு பாடுகின்றார்.

சிவனுருவத் தியாகேசர் திருமாட வீதியிலே கவின் எனும் அழகுருவாய்ப் பவனி வரக் காணும் பேறு பெற்றவராய், எழிலுருவை இரு கண்ணும் இமையாமல் பார்த்ததனால் ஏற்பட்ட பெரு மகிழ்ச்சியின் விளைவாக, தம்வசம் இழந்து, குழல் என்னும் கூந்தல் சரிந்து, வளையல் தளர்ந்து, மேலே தரித்த மெல்லிய பூந்துகில் மெதுவாய் நழுவ,தாயை மறந்து,சூழ்ந்திருந்த மகளிரை மறந்து, தம்மையும் மறந்து இறைவன் மேல் மையல் எனும் ஆசை கொண்டு நின்றாராம்.

அக்கோலத்தைக் கண்ட பெண்களெல்லாம், 'குலத்துக்கு அடாது உன் செயல்' என்றும், 'வீட்டுக்கு அடங்காத பெண்' என்றும் ஏளனம் செய்ததாகவும், மயக்கம் கொண்ட மனமும், தாமும் அங்கே முன்னும் பின்னுமாய்ச் சென்று, கண் அதிசயமாய்க் கண்ட காட்சியை விவரித்துக் காதலெனும் இச்சை அதாவது பெரு விருப்பத்தோடு நின்றதாகவும் கூறி வியக்கின்றார்.

திரு அருட்பா -
நான்காம் திருமுறை

25. அன்புமாலை

ஆடலரசு இவர்க்களித்த அனைத்துவகைச் சீர்களையும்
பாடலூடே மணிகளெனப் பதித்துச்சொலும் அன்புமாலை.
இறைவனைஇவர் தம்முள்ளே கண்டதனால், இருவருமாய்
உறைவதுஒன் றாகஎன உணர்ந்துபாடும் அன்புமாலை.

'அ'ற்புதப் பொன்னம்பலத்தே' எனத் தொடங்கி ஒவ்வொன்றும் எட்டெட்டு அடிகள் கொண்ட 31 பாடல்மணிகளால் ஆன அன்புமாலையை அம்பலத்து அரசர்க்கு வள்ளலார் அணிவிக்கிறார். அன்பின் மிகுதியால் ஆடலரசரை ஆரமுதே, ஆனந்தக் களிப்பே, ஆதி அந்தம் ஏதுமின்றி அமர்ந்த பரம்பொருளே, அன்பர் உளக்கோயிலிலே ஆடும் நடராச பதியே, அன்னியமில்லாத சுத்த அத்துவித (ஜீவாத்மா, பரமாத்மா ஒன்றென்னும் இரண்டற்ற) நிலையே, ஆகமமுடி விளக்கே, விண்ணோங்கும் வியன்சுடரே, வேதமுதற் பொருளே, நித்த பரிபூரணமாம் சுத்த சிவ வெளியே' எனத் தத்துவார்த்தமாய்ப் பலவாறாக அழைத்துப் போற்றுகிறார்.

'வேத முதற் கலைகளெல்லாம் ஓதாமல் உணரச் செய்து, யாது அவற்றின் உண்மை நிலை என்றறியச் செய்வித்து, சுத்த சன்மார்க்க சிவநெறியாம் பொதுநெறியில் என்னைச் செலுத்திட முன்வந்து வலிந்து என்னை ஆட்கொண்டது முற்பிறவித் தவப்பயனோ' எனக்கூறியருள வேண்டுகிறார். 'இறைவனே, உன்னருளால் என்னைக் கண்டு கொண்டேன். என்னுள்ளே உன்னையும் கண்டு கொண்டேன். ஆகையால் நாம் இருவரும் உறைவது ஒன்றாகவே என்று உணர்ந்துகொண்டேன், 'என்று அதிசயிக்கிறார். இவர் எதனைச் செய்ய வேண்டும் என்று இறைவனின் திருவுள்ளம் எண்ணுகிறதோ அதனை அறிவித்துச் செய்யச் சொல்லும் தக்க தருணத்தை ஆவலுடன் எதிர்பார்ப்பதாய் அன்புமாலையைப் பாடி முடிக்கின்றார்.

26. அருட் பிரகாசமாலை

பரம்பொருள்வந்து, 'ஒன்று'அளித்ததாய்ப் பாடல்அனைத் திலும்சொல்லி,
அரும்பொருளாம் அதுயாதென அழகாய்இறு தியில்சொல்வார்.

'உலகெலாம் உதிக்கின்ற' எனத் தொடங்கி ஒவ்வொன்றும் எட்டடிகள் கொண்ட பாடல்களாக வரும் ஒருநூறு பாடல்களை அருட்பிரகாச மாலையாக வள்ளலார் தொடுத்துள்ளார். இறைவர்க்கும் இவர்க்கும் இடையில் நிகழ்ந்த இணையிலா அற்புத நிகழ்வு ஒன்றையே மையமாக வைத்து, எல்லாப் பாடல்களிலும் படிப்போர் வியக்குமாறு வருணித்தும், விவரித்தும் பொருள் நிறைந்த சொல்மழை பொழிந்துப் புகழ்ந்துப் பாடியுள்ள பாங்கினை என்னென்பது!

தில்லைச் சிற்றம்பலத்தில் தெய்வ நடம் புரிகின்ற சைவப் பரம்பொருளான திருநடராசர் தம் திருவடிகள் வருந்துமாறுநடந்துவந்து, இருள் நிறைந்த ஒருநாள் இரவிலே இவர் இருக்குமிடம் தேடி அடைந்து, தெருக்கதவைத் திறக்கச் சொல்லிக் கூவி அழைத்து, திறந்ததும் உள்ளே வந்து நின்று, தமது செவ்வண்ணத் திருமேனியைக் காட்டி, திருக்கரங்களால் இவர் கையில் கொடுத்தார் 'ஒன்றை' என்பார். ஆயினும் கொடுத்தது என்ன என்று கூறாமல் விடுத்தார் அதனைப் புதிராக, வியப்புடன் நாம் மேலே படிக்குமாறு. அடுத்தடுத்து வரும் அனைத்துப் பாடல்களிலும் கூட கொடுத்த பொருள் இன்னதென்று கூறாமல் 'ஒன்று' என்றே தொடுத்துள்ள சொல்லானது நம்முடைய ஆவலை மேலும் மேலும் தூண்டுவதாய் இறுதிப் பாடல் வரையிலும் தொடர்கின்றது.

திருமாலும் கண்டறியாத திருவடிகளை உடையவர், வேதங்கள் மெச்சுவதாய் விளங்கும் திருப்பாதங்களை உடையவர், கல்மனதையும் கனிவிக்கும் கழலடிகளை உடையவர், ஓம் என்னும் தத்துவத்தின் உள்ளொளியாய் ஒளிரும் மலரடிகளை உடையவர், பொற்சிலம்பு அணிந்து அம்பலத்தில் பொருந்தி நடம்புரிந்தும் வருந்தாத பூம்பதங்கள் இவர் இருக்கும் இடம் தேடி வருந்துமாறு நடந்து வந்து எவராலும் பெற இயலாத

இனிய பேறு ஒன்றினை அவராகவே உவந்து அளித்தார் என்பதைத் தெவிட்டாத வகையில் பலவாறாகச் சித்தரித்துக் கூறி அதிசயித்துப் பாடுகின்றார்.

இருப்பிடத்தை நாடி வந்து இறைவர் இவருக்கு அளித்த 'ஒன்று' சிறப்புடைய திருவருளாம் மெய்ப்பொருளே என்று இறுதியில் தெரிவிக்கின்றார். அரிய திருவருளை ஆடலரசரே வந்து உரியது இவர்க்கு என்றளித்து உயர்த்தினார் நம் வள்ளலாரை, திருவருளாம் ஒளிபெற்ற 'திருஅருட் பிரகாசர்' என.

27. ஆனந்த மாலை

உமையாள்சிவ காமவல்லி உடனிருந்து ஆனந்தமுற
நமையாளும் சிவன்ஆடும் நடனஎழில் நலம்பாடுவார்.

'**தி**ருவருடும் திருவடி' எனத் தொடங்கித் தில்லை நடராசரின் பெருவரத்தைப்பெற்றுள்ளவராய், அவ்விறைவரின் அருள்திறத்தையும், கருணைக் குணத்தையும் பாடுவதாகப் பணிந்து கூறிப் பத்துப் பாடல்களைத் தொடுத்துள்ளார் வள்ளலார், இந்த ஆனந்த மாலையில். அன்பு அடிவான அம்மை சிவகாமவல்லி அருகிருந்து உளம் மகிழ, இன்ப வடிவாக இறைவன் நடம் புரிவதாகப் புகழ்ந்து பாடுகின்றார்.

அறம்கனிந்தஅருளுடையாள், அடியார்மேல்அன்புடையாள், அகிலாண்ட நாயகி, அற்புதப் பெண்ணரசி என்றும், செண்பகப்பொன் மேனியினாள், சிவந்த மலர்ப் பாதத்தாள், உள்ளமுதம் ஊற்றுவிக்கும் உத்தமியாள், தெள்ளமுத வடிவுடையாள் என்றும், நிமலை, பராபரை, சௌந்தரி, சிற்பரை, சிவானந்தி, சிவை, சிற்சத்தி, சிதம்பரை என்றும் சிறப்பிக்கப்படும் சிவகாமி அம்மை அருகே இருக்க, தற்பர சதாசிவ நடராசதுரை, கால் நிறுத்திக் கால் எடுத்து ஆடும் திரு நடனத்தின் அழகினை வியக்கின்றார். தன்னொளியால் உலகமெலாம் தாங்கும் சிவதற்பரை மகிழுமாறு பொன்னொளிரும் அம்பலத்தில் இறைவன் புரிகிறான் நடனம் என்கிறார். சின்ன வயதிலேயே தம்மைச் சிவபெருமான் அடிமை கொள்ளுமாறு செய்வித்தது அன்னை சிவகாமி உமை அருளே என ஆனந்தம் அடைகின்றார்.

28. செளந்தர மாலை

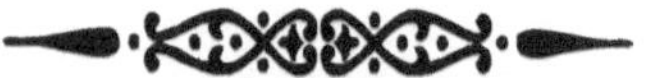

அழகுறுசெளந் தரமாலை, அன்பரெலாம் அம்பலம் போய்த்
தொழுகிறஇறை வன், இறைவி தோற்றப்பொலி வைப்பாடும்.

'சே'லோடும் இணைந்த விழி' எனத் தொடங்கும் இச் செளந்தர மாலையின் 12 பாடல்களிலும் சிவகாமவல்லியுடன் சிவபோக வடிவமாய்ச் சிற்றம்பலத்தில் திகழும் திரு நடராசரின் அழகிய வடிவை மனதிற் கொண்டு நினைக்கும் போதும், அது குறித்துப் பேசும் போதும் உள்ளம் நிறைந்து உண்டாகும் உணர்வை வள்ளலார் அருமையாய் வெளிப்படுத்திப் பாடுகின்றார்.

ஆரமுதமான அபிராமி என்றும், ஆனந்த சிவபோகவல்லி என்றும், இன்பம் அருளும் பெருந்தாய் என்றும், தெய்வமெல்லாம் வணங்கும் தேவி என்றும் சிவகாமி அம்மையைச் சித்தரித்து, அவ்வினியவருடன் சிதம்பரப் பொற்சபையில் சீருற விளங்கும் சிவபெருமானின் திருவுருவத்தை மனதில் எண்ணும் போதெல்லாம் புத்தமுதம் உண்டாற்போல் புத்துணர்வு பெருகும் என்றும், மனங்கரைந்து நெகிழ்ந்துருகி இன்பமயம் ஆகும் என்றும், ஆனந்த வெள்ளம் பொங்கித் ததும்பி வழிந்தோடும் என்றும் பாடுகின்றார்.

சித்தி எனும் அற்புதச் சத்தியைத் தரும் சிவகாமி அம்மையுடன், முத்தி எனும் உயர்வைத் தரும் நடராசமூர்த்தி திகழும் திருக்காட்சியைப் பத்திப் பெருக்குடன் பார்த்துப் பரவசமாய் அழகுறப் பாடும் வள்ளலார், தமது சித்தம் எனும் மனம் நிறையப் பெற்ற சிவானந்த அனுபவத்தைப் பாலோடு பழம் பிழிந்து, தேன் கலந்து, பாகும், பசுநெய்யும் சேர்த்துச் செய்த இனிப்பை உண்டால் ஏற்படும் இனிய நாவின் சுவைக்கு ஒப்பானது என்கிறார்.

29. அதிசய மாலை

'என்னே, அதி சயம்!' என்பார், இறைவன் இவரைத் தேடிவந்து
தன் நேயம் வெளிக்காட்டித் தந்த அருட் கருணையினை.

'அக்கோ, ஈது அதிசயம்' எனத் தொடங்கும் அதிசய மாலை 14 பாடல்களும் ஒவ்வொன்றின் முடிவிலும் 'தனித்த சிவகாமிக்கு இனித்த நடத்தவனே' என்று தில்லை நடராசரை அழைத்துக் கூறுவனவாய் அமைந்துள்ளன. அறநெறி வழுவாதவராய், எள்ளளவும் தவறு செய்யாத இயல்புடையவராய் இருந்தும் வள்ளலார் தம்மைத் தாழ்த்திக் கொண்டு, அத்தகைய தமக்கும் அருள்புரிந்துச் செம்மைப் படுத்தியது இறைவன் திருவருளே என அதிசயிக்கின்றார்.

அறிவில்லாதவராய், அன்பில்லாதவராய், மன இருளில் மருண்டு நன்மை, தீமை தெரியாமல் மனம் சென்ற வழியெல்லாம் தினம் சென்றவராய், கல்மனத்தவராய், குணம் அறியாமல் குற்றமே செய்பவராய், தீயவராய், மெய்க்கதியை நினையாதவராய்த் தாம் இருந்த போதிலும், தம்மீது அளவிலாக் கருணை கொண்டு இறைவன் அருள்புரிந்ததாய் ஒவ்வொரு பாடலிலும் அதிசயித்து, அம்மா இது அதிசயம் அப்பா இது அதிசயம் என வெவ்வேறு வியப்புச் சொற்களை முன்வைத்து விவரித்துப் பாடுகின்றார்.

'என்னைச் சீர்திருத்தக் கருதித் திருவுளங்கொண்டு, சிவபெருமானே எளியவனாகிய நான் இருக்கும் இடம் தேடி வலிய வந்து தன் தனிப்பட்ட அன்பும், கருணையும் வெளிப்படுமாறு எனக்குத் தன் வண்ணத்தையும் சித்தியையும், ஒளி வண்ணத்தையும் அளித்து, சிவாயநம என்று ஓதும் ஞாபகத்தைத் தெளிவுறவைத்து, என்னைத் தனது திருவுளத்தில் நீங்காது அடைத்தான். என்னே, இது அதிசயம்!' என வியந்து பாடியுள்ளார்.

திரு அருட்பா -
ஐந்தாம் திருமுறை

30. பிரார்த்தனை மாலை

'கேளாதுபோல் இல்லாமல், கேள்என்பிரார்த் தனையை;வெகு நாளாய்த்துன் புற்று,மேலும் நலியாதுகாத் தருள்'என்பார்.

'**சீ**ர்கொண்ட தெய்வ வதனங்கள்' எனத் தொடங்கித் தொடரும் முப்பது பாடல்களும், அந்தாதி வகையில் தொடுக்கப்பட்ட மாலையாகக் கந்தன் தணிகாசலனைப் பாடிப் பிரார்த்தனை செய்து கொள்வதாய் அமைத்து வள்ளலார் பாடியுள்ளார்.

ஆறுமுகங்கள், பன்னிரண்டு தோள்கள், தாமரைப் பாதங்கள் கொண்ட அழகுத் திருமேனியுடன், கூருடைய வேலைக் கையில் ஏந்தி, கோல வண்ண மயில், கோழிக்கொடி இவையெல்லாம் சேர்ந்து உடனிருக்கத் திருத்தணிகை மலைப் பேருடன் கூடி அங்கே கோயில் கொண்டு உறைகின்ற முருகனைக் கண்ணின் மணி, களிப்பருளும் தேன், குருபரன், குணமாமலை, தெள்ளமுதன், சிவதேசிகன், பரமகுரு, பவளக்குன்று, ஆணிப்பொன் எனும் உயர்வகைப் பொன், தணிகைத் தயாநிதி, ஆவியின் துணை, நல்லோர்க்கு அருளும் பரஞ்சுடர் எனப் பலவாறாகப் புகழ்ந்து பாடி, வாய் துதிக்கவும், கை கூப்பவும், விழிநீர் துளிர்க்கவும், மெய் சிலிர்க்கவும் தணிகாசலத்தைச் சார்ந்திலனே என்று வருந்தித் தம் பிரார்த்தனையைக் கேளாமல் போல் இல்லாமல் கேட்டருள வேண்டுகின்றார்.

31. செழுஞ்சுடர் மாலை

விருந்தெனவிழிக்கு இன்பருளும் வேலவனே விரைந்துவந்து
மருந்தெனத்தன் அருள்வழங்கி மனத்துயர்அகற் றிடவேண்டுவார்.

'**உள**னே உடையே' எனத் தொடங்கும் இத்தலைப்பில் உள்ள 11 பாடல்களின் இறுதி வரிகள் ஒவ்வொன்றிலும், திருத்தணிகை மலைத்தேன் என்றோ, தேவு என்றோ திருமுருகனை அழைத்து 'ஞானச்செழுஞ்சுடரே' என முடிவுறுமாறு அமைத்து வள்ளலார் பாடியுள்ளதால் இது செழுஞ்சுடர் மாலை என்றாகிறது.

உலக நடைக்கு ஏற்ப, உணவும், உடையும், பொருளும் உள்ளம் விரும்பியவாறு தேடி, மனம் தடுமாறி அலைந்து திரிந்து, வீணாகத் துயரக் கடலில் வீழ்ந்து, எடுத்து விடுவார் எவரையும் காணாமலும், வேறு துணை இல்லாமலும், கவலை மிக அதிகரித்துக் கலக்கமடைந்து, உடல் இளைத்து சவலை மகவு அதாவது ஏங்கி மெலிந்த குழந்தையைப் போல மிக வருந்திச் சலிப்புற்றவராய்த் தம்மை வைத்து, இழிந்தவன் தாம் என்றாலும் காப்பது இறைவன் கடன் ஆதலால் காலம் தாழ்த்தாது வந்து அருள் தருக இத்தருணமே என்கிறார்.

'நான் கல்நெஞ்சன், கல்லாதவன், கடைநிலையில் உள்ளவன் ஆயினும் காக்கும் தாய் நீ என்று உலகமெல்லாம் அறியும் ஆதலினால், என்மீது இரங்கி நீ அருள்புரியாதிருந்தால் உனக்குப் பொல்லாத பழிவந்து சேரும். கண்ணுக்கு விருந்தாகக் காட்சிதரும் தணிகைமலை மருந்தே, விரைந்து வந்து உன் அருள் வழங்கி என் மனத்துயரைப் போக்குக' என வேண்டிப் பாடியுள்ளார்.

32. குறையிரந்த பத்து

'நோய்க்கும்,துயர்க் கும்இலக்காய் நொந்துநொந்து கிடப்பதோநான்?
வாய்க்கும்உனது அருளென்றே வழிபார்த்துஇளைத் தேன்' என்பார்.

'சீர்பூத்த அருட்கடலே' எனத் தொடங்கி அந்தாதி எனும் அமைப்பிலே தொடரும் பத்துப் பாடல்களிலும் தமது குறையை உள்ளம் தொடுமாறு எடுத்துக்கூறி, அதை அகற்றியருளுமாறு தணிகை மலைத் தெய்வத்தை அருட்கடலே என்றும், அற்புத வேலை ஏந்திய ஞானப் பொருளே என்றும், சொற்களால் விவரிக்க இயலாத பெருமையை உடைய குகனே, குமரகுருவே என்றும் பலவாறாகப் புகழ்ந்து வள்ளலார் வேண்டிக் கொள்கின்றார்.

'தீராத துயரத்தாலும், பிணியாலும் வருந்தி அழுது ஏங்கும் என்னை நீ பாராத செயல் என்னே, பன்னிருகண் படைத்திருந்தும்! அண்ணாவே, உன்னையன்றி வேறோர் ஆதரவை அறியாதவன் நான். நெஞ்சழிந்து துன்பத்தால் புண்ணான நிலையில் இன்னும் நான் புலம்பிநிற்கப் பண்ணாதே. பாவியினும் பாவியென இந்த ஏழையிடம் பாராமுகம் ஏனோ? தேவே, உன் திருவடியும், திருநோக்கான அருட்பார்வையும் எனக்குத் துணையாகுமாறு உன்னருள் கிடைக்கப் பெற்றால், ஓடிப்போகும் என் பிறவி வினைகளெல்லாம். என்னளவில் இது நிகழ என் பிழைகளைப் பொறுத்தருள்வாய். என்று கிடைக்கும் உன்னருள் என்று எதிர்பார்த்து இளைக்கின்றேன்' என இவ்வாறாகத் தமக்குள்ள குறையை எடுத்துக்கூறி, அது நீங்கத் தணிகைமலை இறையருளை வேண்டுகின்றார்.

33. ஜீவசாட்சி மாலை

நாவின்ஆட்சி கொண்டஇவர் நறுமணங்கமழ் சொல்மலரால்
ஜீவசாட்சி மாலையினைச் செவ்வேளுக்கு அணிவிக்கிறார்.

'பண்ணேறு மொழியடியர்' எனத் தொடங்கிப் பாடும் 28 பாடல் ஒவ்வொன்றின் இறுதியிலும் 'தணிகைமணியே, ஜீவசாட்சியாய் நிறைந்தருளும் சகச வாழ்வே' எனத் தணிகாசலனை அழைக்கும் வரிகள் வருமாறு அமைந்த வண்ண மணிகளால் கோத்த மாலையை வள்ளலார் தொடுத்துப் பாடுகின்றார்.

'தெள்ளமுதப் பெருங்கடலே, செஞ்சொல் மறைமுடி விளக்கே, ஞான மழை தரும் விண்ணே, நற்சிந்தை மலர ஊறும் தேனமுதே, என் உயிருக்கு உயிராய் பொருந்தும் முழுநிறைவே, பிறவிப் பிணியைத் தீர்த்தருளும் மாமருந்தே, வீடுபேறருளும் வித்தே, தன்னிகர் இல்லாமல் விளங்கும் தணிகைமலையில் அமர்ந்த தேவே, பொன்னை நிகர்த்த அருட்குன்றே' எனப் பலவாறாகப் போற்றிப் பாடும் வள்ளலார், 'அடியார்கள் இசையோடமைந்த அரிய பாடல்களினால் புகழ்ந்து பாராட்டும் உன் பாத மலர்களின் அழகைப் பாவியாகிய நான் பார்த்தால் கண்ணேறு என்கின்ற குற்றம் ஏற்பட்டு விடும் எனக் கனவிலும் எனக்கு நீ காட்டுவதில்லையோ? இதுதான் உன் கருணையோ?' எனக் கேட்டு வருந்துகின்றார்.

முன்னர் செய்த வினையால் உண்டாகும் இன்னல்கள் முழுவதையும் சொல்ல முடியாமல், மின்னலைப் போல் தோன்றி மறைந்து போகும் வாழ்க்கையில் மனமென்னும் குரங்கு ஆட்டும் வழியெல்லாம் போய்த் திரிந்து, மெலிந்து இளைத்துத் துயருற்று, வறியவராகி உணவுக்குக் கையேந்த நேர்ந்து, வஞ்சகரிடம் சென்று அலைந்து, எரிக்கின்ற வெய்யிலில் வாட்டமுறும் இளந்தளிர் போல் வள்ளலார் தம்மைத் தாழ்த்திக் கொண்டு, தஞ்சம் அளிப்பாரின்றித் தவித்து, அருள்நீர் தாகமுடன் நெஞ்சம் ஓடுங்கிக் கலங்கும் நிலையில் அகப்பட்டு உழன்று, அஞ்சி நடுங்கும் தமக்கு அருமருந்தாகிய அழகு மலர்ப் பாதம் காட்டிச் சஞ்சலம் அகற்றி அருள்புரிய

வேண்டுமெனக் கேட்டுக்கொண்டு தணிகைக் கோயிலில் ஆட்சி செய்யும் குமரக் கடவுளை ஜீவசாட்சியாய் நிறைந்தருளும் சகச வாழ்வெனப் பாடல்தோறும் கொண்டாடிப் பாடியுள்ளார்.

34. ஆறெழுத்துண்மை

'ஆறெழுத்தை உச்சரித்து அணியும்திரு வெண்ணீற்றால்
சீரனைத்தும் பெற்றுயர்ந்து சிறப்பொடுவாழ் வோம்'என்பார்.

'**பெ**ருமை நிதியே' எனத்தொடங்கும் இப்பதிகத்தின் பாடல்களில் தணிகைமலைத் தெய்வமான முருகனை அமுதே, அரசே, அன்பே, அண்ணா, கந்தா, கடம்பா எனப் பத்திப் பெருக்குடன் பலவிதமாகக் கூவி அழைத்து, ஒவ்வொரு பாடலிலும் 'உன் ஆறெழுத்தை உச்சரித்து உயர்ந்த திருவெண்ணீறிட்டால்' என்ற சொற்றொடர் மூன்றாம் வரியில் வருமாறு அமைத்து வள்ளலார் பாடுகின்றார்.

எல்லாம் வல்ல இறையோன் ஆகவும், அடியவர்களின் மனத்தில் ஊறும் இன்பச் சுவையாகவும், பெருமை மிக்க நிதியாகவும், அருமை மிகுந்த மணியாகவும் தணிகைமலையில் அருளாட்சி புரியும் ஆறுமுகனின் 'சரவணபவ' என்னும் ஆறெழுத்தை ஒருமை மனம் உடையவராய் உச்சரித்து வெண்ணீறு அணிந்தால், பெருமை மிகும் பேறுகள் அனைத்தும் பெறலாகும் என்பதுடன் மறுமையெனும் மறுபிறப்பும் வளமாய் அமைந்து மகிழ்ச்சி உண்டாகும். தணிகாசலனின் ஆறெழுத்தைத் தவறாமல் உச்சரித்தால் பிணிகள் இல்லாச் சுகவாழ்வைப் பெற்றிடலாம். கடம்பனின் ஆறெழுத்தைக் கருத்தில் கொண்டு உச்சரித்தால் இடும்பையெனும் துன்பமின்றி வாழ்வதுடன், புகழும், செல்வமும், ஞானமும் எய்தப் பெறலாம் என்று ஆறெழுத்தைக் கூறிக்கொண்டே அணியும் திருநீற்றினால் வரும் நற்பலன்களை விளக்கிப் பாடியுள்ளார்.

35. பணித்திறம் வேட்டல்

தனியர்,துணை யிலார்எனினும், தணிகைமலைக்கு உறவென்னும் இனியநினைப்பு உடையவராய் இறைபணிசெய விழைகின்றார்.

'நண்ணேனோ' என்னும் சொல்லால் முதற்பாடலைத் தொடங்கி, அதே 'நண்ணேனோ' என்னும் சொல்லால் இறுதிப்பாடல் முடியுமாறு இனிதே அமைந்த பதிகம் இது. கண்ணெனக் கருதிய கந்தக் கடவுள்மேல் கொண்ட கரைகாணாப் பற்றின் காரணமாக வள்ளலாரின் உள்ளத்திலிருந்து எழுந்த உணர்வுகளை உருக்கமாய் வெளிப்படுத்தும் வகையில் உருவான பதிகம் இது எனலாம்.

'சென்றடைய வேண்டும் திருத்தணிகைச் சந்நிதியை. சென்று அங்கு குன்றில் அமர்ந்திருக்கும் குமரன் எழில் கோலத்தைக் கண்குளிரக் கண்டு களிப்புற வேண்டும். கவி பாடிப் புகழ வேண்டும். தொண்டு செய்ய வேண்டும், அந்தத் தோகைமயிலோன் மகிழுமாறு. அள்ளி உண்ண வேண்டும், ஆறுமுகன் அருளமுதை. ஆனந்தமாய்த் துள்ளிக் குதித்துக் கூத்தாட வேண்டும். தொழ வேண்டும். துதிக்க வேண்டும். தொழும்பன் எனும் அடிமையாய்த் தொண்டு செய்ய வேண்டும். அடியார்கள் கூட்டத்தில் சேர்ந்து அழகன் முருகன் அடிக்கமலங்களைப் பணிந்து வாழ்த்திப் பாட வேண்டும்', என்றும்,

'தனியே நான் இருந்தாலும் தணிகை மலைக்கு உறவினன் நான். உலக மாயையை விட்டு விலகித் துன்பங்களிலிருந்து விடுபடவேண்டும். பிறவிக் கடலை விட்டகன்று, உன் அருட்கடலில் விழவேண்டும். உன் அழகுத் திருவடிகளை அடைதல் வேண்டும்' என்றும் செவ்வேளைத் தணிகை போய்ச் சேவிக்கும் சிந்தனையில் இவ்வளவும் ஈடேற வள்ளலார் மிக விரும்புகின்றார்.

36. திருமுடி சூட விழைதல்

முருகன்திரு வடியைத்தம் முடியின்மேல் வைக்களென
உருகிப்பெரு கும்ஆவல் உடையவராய்ப் பாடுகின்றார்.

'தே னார் அலங்கல்' என முதற் பாடல் தொடங்கும் இப்பதிகத்தின் எல்லாப் பாடல்களிலும் இறுதியில் 'நின் திருத்தாள் அடியேன் முடி மேல் வைப்பாயே' என்ற வேண்டுகோளுடன் முடிவதாக அமைத்து வள்ளலார் பாடுகின்றார். எம்பெருமான் சிவனாரின் இனிய அருட் கண்மணியே என்றும், அன்பர் மனத்தொளிரும் சுடரே என்றும், சிவத்து ஒழுகும் தேனே என்றும், வானார் அமுதே என்றும், வாக்கும் மனமும் கடந்த கடவுளே என்றும் கந்தவேளைப் பலவாறாக அழைத்துத் தமது வேண்டுகோளை வெளிப்படுத்துகின்றார்.

அன்பரின் முடிமீது அதாவது தலை மீது இறைவன் திருவடியாகிய மலரை வைத்து ஒற்றினால் அதைப் பொன்னையும், பொருளையும், போகத்தையும் பெறுவதினும் மேலான புண்ணியப் பேறு என்பார்கள். முன்பு இருந்த அடியவர்களில் முதிர்ந்த பத்தித் திறம் உடையோர், இன்பந்தரும் இறையருளால் இதனைப் பெற்று உயர்ந்தார்கள். வள்ளலாரும் அவ்வாறே திருமுடி சூட விழைபவராய், 'குயில் கூவும் திருத்தணிகைக் கோவே, குணப் பொற்குன்றே, மயில் மேல் ஊரும் கந்தா, உன் மலர்ப் பாதத்தை என் முடிமேல் வைப்பாயே' எனப் பாடல்கள் பத்திலும் வேண்டிக் கேட்டுக் கொள்கிறார்.

இகவாழ்வின் அதாவது இவ்வுலக வாழ்வின் சுகபோகம் எதையும் விரும்பாதவராய், குகன் பாதம் தம் முடிமேல் வைப்பதையே குறிக்கோளாய்க் கொண்டு, பெருஞ்செல்வத்தின் மீதும், பெண்களின் மீதும், தவறிழைக்கும் தகாதவர் மீதும் பற்றேதும் இல்லாமல், இறையன்பர் சபையில் சேர்ந்து, இப்பிறப்பு நலமுறுமாறும்,இறைவனுக்குச் சொல்மாலை புனைந்து இசையுடன் பாடித் துதிக்குமாறும் தம்மை வாழ்த்திடத் தம்முடி மேல் திருவடியை வைத்தருள வேண்டும் என விழைகிறார்.

37. ஆற்றா இரக்கம்

ஊற்றான கவித்திறத்தால் உள்ளத்தெழும் வேட்கையினை
ஆற்றாதுஇரங் கும்வகையில் ஆவலாய்வெளிப் படுத்துகின்றார்.
முத்துக்கோத் ததுபோன்ற மொழிகளினால் இங்கமைந்த
பத்துப்பாட் டும்மனதில் பதியும்மிக எளிதாக.

'த'ணிகை மலையை' எனத்தொடங்கித் தமது தனித்த கவித்திறமதனால்
கேட்போரைப் பிணித்துத் தம்வசமாக்கிக் கொள்ளும் பேராற்றல்
கொண்ட வள்ளலாரின் அரிய சொல்லாட்சிக்கு அற்புதமான சான்றாகத்
திகழ்வன இப்பதிகத்தின் பத்துப் பாடல்களும் எனலாம். படிக்கும் போதே
மனதில் பதிந்து நினைவில் நிலைத்து நிற்கும் பாடல்களாக இவை
அமைந்துள்ளன.

தணிகை மலைக்கு நேரிற்போய்த் தணிகாசலனைத் தரிசிக்க
வேண்டுமென நினைந்தவாறே வள்ளலார் ஆற்ற இயலாத ஆவலுடனும்,
ஆவல் நிறைவேறாத ஆதங்கத்துடனும் பாடுகின்றார். 'தணிகை மலையைச்
சாரேனோ, சாமி அழகைப் பாரேனோ, மாறாத அன்பு கூரேனோ, ஆறாத
தாகம் தீரேனோ, சாமி திருத்தாள் விழையேனோ, பாடி மனது குழையேனோ,
நலம் தரும் மலையை நண்ணேனோ, நாதன் புகழை எண்ணேனோ,
தொண்டனாய் பணிகள் பண்ணேனோ, தூய அருள்நீர் உண்ணேனோ
என்று அடுக்கடுக்காகச் சொற்கள் அமைந்து வரும் வகையில் பத்துப்
பாடல்களையும் பாடிப் பரவசப்படுத்துகின்றார்.

(முதலெழுத்து ஒரே மாதிரியாக வருமாறு அமைந்த மோனைச்
சொற்களும், இரண்டாம், மூன்றாம் எழுத்துக்கள் ஒரே மாதிரியாக
வருமாறு அமைந்த எதுகைச் சொற்களும் எவர் இயற்றும்
பாடலுக்கும் இயல்பான அழகூட்டுவன வாகும். வள்ளலாரின் இப்பதிகத்தில்
வரும் பாடல்கள் சொல் ஆளுமையில் தனிச்சிறப்பு உடையனவாய்,
அடுக்கடுக்கான எதுகைச் சொற்களைப் பாட்டின் வரித் தொடக்கத்தில்
மட்டுமின்றி, இடையிலும், இறுதியிலும் கூட இடம் பெறுமாறு

கையாண்டுள்ளது கவிப்புலமைக்குச் சிறந்த எடுத்துக் காட்டாகும். பொருட் செறிவும், ஓசை நயமும் கொண்ட எதுகைச் சொற்களின் குவிப்பு ஒரு பாட்டில் மட்டுமில்லாமல், ஒவ்வொரு பாட்டிலும் அமைந்துள்ளது மிகமிக அதிசயிக்கத் தக்கதாகும்.)

38. ஏழைமையின் இரங்கல்

**அந்தம்ஆதி எனத்தொடரும் அழகியஒன் பதுபாட்டில்
கந்தன்ஆறு முகன்தமக்குக் கருணைசெய வேண்டுகிறார்.**

'தே னே உளங்கொள் தெளிவே' எனத் தொடங்கி 'தானே தனக்குநிகராய் விளங்கும் தணிகாசலத்து எம்அரசே' என ஆறுமுகக் கடவுளைக் கூவி அழைத்து 'நான் ஏழையாய் இங்கு நலிவுறல் நலமோ?' எனக் கந்தன் கருணை மனத்தைத் தொடுமாறு வள்ளலார் தம் கவலைக்குக் காரணமான நிலையைக் கூறிப் பாடல்களைப் புனைந்துள்ளார்.

'நிறைந்த அன்புடையோர் வணங்கும் தணிகாசலத்தில் நிலைபெற்றிருக்கும் உன்னிடம் வந்து உன் இரு தாள்களையும் புகழ்ந்து பாடி நான் தரிசிப்பது எப்போது என்று சொல்' எனக் கேட்கின்றார். மயிலேறும் திருத்தணிகை மலைத்தேவின் நினைவை அயலூரில் இருந்தாலும் மனதின் அகத்தே வைத்திருந்தவராய், சிவமே என்று உளமுருகிச் சிவமைந்தன் செவ்வேளிடம் சென்றடையாமல் பயனின்றி நாட்களைக் கழிப்பதாய்க் கலங்குகின்றார். நிலையற்ற தம் உடம்பை நிசமென்று நினைத்து இங்கேயே உழன்று கொண்டு, வஞ்சகரை நாடிப்போய் வாட்ட முற்று நொந்தும் நைந்தும் நெஞ்சம் புண்ணாகிய நிலையில் உள்ளவராய்த் தம்மை வைத்து 'கோனே, குகனே, சிவபோத ஞான குருவே, நான் ஏழையாய் இங்கு துயருறுமாறு என்னை நீ தவிக்க விடுவது நீதியன்று என உனக்கு எடுத்துச் சொல்ல வல்லார் வேறு எவர் உளார்?' எனக் கேட்டுக் கந்தன் அருள் கனிய வேண்டுகிறார்.

39. பணித்திறம் சாலாப் பாடிழிவு

'தணிகைபோய் வேலவனைத் தரிசித்திலேன்; ஆலயத்துப்
பணிகள்ஏதும் செய்திலேன்' எனப் பரிதவித்துத் தமைஇகழ்வார்.

'அடுத்திலேன்'எனத் தொடங்கும் இப்பதிகத்தின் ஒவ்வொரு பாட்டின் இறுதியிலும், வானளாவிய பெருமை பெற்றிருந்தும் வள்ளலார், தம்மை மிகமிகத் தாழ்த்திக் கொண்டு, 'ஏன் பிறந்தேன், புவிச்சுமையாய் இருக்கின்றேனே' என மனம் நொந்து பாடுவது நம்மைப் பெரிதும் அதிர்ச்சியடைய வைக்கின்றது.

'கந்தனே, உன் தணிகை மலைக்கு நான் வந்து வலம் செய்து, கண்ணீர் பெருகி, ஐம்புலன்களும் ஒடுங்க நின்று அழுது உன் அருளைப் பெறவேண்டித் தொழுததில்லை. மலர்கொய்து, மாலை தொடுத்து அணிவித்ததில்லை. அகமும் முகமும் மலர அருள்புரியும் உன் அழகிய பாதங்களைப் புகழ்ந்து பாடியதில்லை. உன் அடியவனாகித் தொண்டு செய்ததில்லை. திவ்ய தரிசனம் நேரிற் கண்டு கைகுவித்து, மெய்குளிர்ந்து, கண்ணீர் ததும்பநின்று துதித்துத் தொழாத நான், கரும்பை வெறுத்து வேம்பைத் தின்னும் காக்கை போன்றவன். கனிதல் இல்லாத இரும்பான கடின நெஞ்சம் கொண்டவன். நான் நற்பெயர் எடுத்ததில்லை. எவர்க்கும் எதையும் கொடுத்து உதவாத கையுடையவன். திருத்தணிகையே திருவளிக்கும் செல்வமென நம்பாதவன். சிவதருமம் செய்திலாத பாவியாகிய நான் என் பாதகத்தை எவர்க்கு எடுத்துச் சொல்வேன்?' என்று இவ்வாறாகத் தம்மைத் தாழ்த்திக் கொண்டு, 'முறையாக வழிபாட்டிலும், இறையாக வீற்றிருக்கும் கந்தனுக்குச் செய்யும் தொண்டிலும் ஈடுபடாமையால் என்பணி நிரம்பப் பெறாமல், இழிவுக்கு ஆளானதே' என்று தம்மையே இகழ்ந்து கொள்கிறார்.

40. காணாப் பத்து

'மன்னுதிருத் தணிகைதனில் மாதிருவர் உடனுறையும்
நின்னுருவைக் கண்களாார நேரில்கண் டிலன்'என்பார்.

'**வ**ரங்கொள் அடியர்' எனத் தொடங்கி வளரும் இப்பதிகத்தின் ஒவ்வொரு பாட்டும் கந்தன் திருவுருவைக் 'கண்களாரக் கண்டிலனே' என்ற கவலையுடன் முடிவதாக அமைத்து வள்ளலார் பாடியுள்ளார்.

தென் தணிகைத் தெய்வ மணியே, திருத்தணிகைச் சைவக் கனியே, அடியார்களின் மனமலரில் மகிழ்வுற்று அமர்ந்த தேவே, வீடு பேறு அடைய விழைவோர் உள்ளகத்து விளங்கும் விளக்கே, தணிகையமர் தருமக் கடலே எனப் பலவாறாகக் கந்தக் கடவுளை அழைத்து, உலகியல் மயக்கம் அகன்றிடவும், உற்ற பிறவித் துன்பமெல்லாம் விலகிடவும் தாம் கொண்ட வேட்கையுடன், இன்பம் தரும் இறைவன் திருவுருவை இரு கண்களும் நிறையக் கண்டு இன்புறும் நாள் இன்னும் வராத ஏக்கமுடன், 'கேட்டை உண்டாக்கும் வஞ்சக மாய வாழ்க்கையெனும் காட்டைக் கடந்து, உன்னுருவைக் கண்களாரக் கண்டிலனே' என்றும், 'எட்டிக்கனியாய்க் கசக்கும் இடர்களினின்றும் விடுபட உன் பாதங்களைக் கட்டித் தழுவி, வள்ளி தெய்வயானை என்ற மாதர் இருவரும் உடனிருக்கும் உன்னுருவை நேரில் காணாது இன்னும் இருக்கின்றேனே' என்றும் வருந்துகின்றார்.

41. குறைநேர்ந்த பத்து

'என்றன்குறை உன்னையன்றி எவர்க்குரைப்பேன்?' எனக்கேட்பார்,
குன்றின்மேல் அமர்ந்தளழில் குமரக்கட வுளைநினைந்து.

'வான் பிறந்தார் புகழ் தணிகை' எனத் தொடங்கி வளரும் இந்தப் பதிகத்தின் பாடல்களில் வள்ளலார் தம்குறையைவெளிப்படுத்தி, இறைவனிடமன்றி வேறெவர்க்கு இதனை எடுத்துச் சொல்வதெனக் கேட்டு முறையிடுகின்றார்.

சிவபெருமான் பெற்ற பெருஞ்செல்வமே என்றும், தஞ்சமென வந்தவர்க்கு அருள்புரியும் தணிகைத் தெய்வமே என்றும், வள்ளலே என்றும் கந்தக் கடவுளை மனதில் நினைத்து அழைத்து, தம்மை மிகவும் தாழ்த்தித் தவறு செய்பவராகவே வைத்துப் பின்வருமாறு கூறுகின்றார்: 'நான் புன்மை நெறியில் செல்பவன். பொய்யரோடு கலந்து நிற்பவன். தாய்ப்பாலை உண்ணாமல் நாய்ப்பாலை உண்ணும் இழிந்த தன்மையன். ஊன் எனும் தசை கொண்ட உடலை மட்டும் வளர்த்துக் கொண்டு வாழ்நாளைக் கழிக்கும் நான் ஏன் பிறந்தேனோ? ஓதிய மரம், எட்டி மரம் போல் வளர்ந்து எந்தப் பயனும் இல்லாத பாவியாகிய நான், என் உடற்சுமையைப் பலரும் கூடி இடுகாட்டில் வைக்கும் போது என் செய்வேன்? என் குறையை எவர்க்கு உரைப்பேன்?'

மேலும் அவர் கூறுவது: 'பொன்னைப் போன்ற உன்னைப் போற்றாமல் பொழுதெல்லாம் வீணே போக்குகின்றேன். என்னையே நான் சிரிப்பேன் என்றால், என் அமுதே, உன்னையன்றி எவர்க்கு எடுத்து என் குறையைச் சொல்வேன்? வானோர் புகழும் தணிகைமலைக்குவந்து, உன் வடிவழகையும், மலர்ப் பாதங்களையும் கண்டு மகிழாமல் பழிக்கு ஆளாகி நிற்கும் என் பரிதாபத்தை உன்னிடமின்றி வேறெவரிடம் சொல்லி முறையிடுவேன்?'

42. முறையிட்ட பத்து

'முறையோ,இது முறையோ'என முருகனிடம் முறையிட்டு,அவ் இறையோனே துணையாக இருக்கவேண்டித் துதிக்கின்றார்.

'பொன்னைப் பொருளா' எனத் தொடங்கிப் புனைந்த இப் பதிகத்தில் வள்ளலார் தம் நிலையைத் தணிகை வேலவனிடம் முறையிட்டு, துணைகாணாது தாம் துன்புறுவது 'முறையோ' என ஒவ்வொரு பாட்டின் முடிவிலும் அச்சொல் வருமாறு கூறி, முறையில்லை என்ற கருத்தை முன்வைக்கிறார். மூவிரண்டு முகங்களை உடைய முருகனே என்றும், முடிவில்லாத முதன்மைப் பொருளே என்றும், தெவிட்டாத தெள்ளமுதே என்றும் திருத்தணிகைத் தெய்வத்தை அழைத்து முறையீடு செய்கின்றார்.

'உன்னருள்தான் உலகத்தின் உயர்ந்த பொருளென்று உணராமலும், உறுதியாய் உன்னைப் பற்றிக்கொள்ள அறியாமலும், பொன்னைத்தான் உயர்ந்த பொருளென்று போற்றுவோரிடம் போய் நின்று அலுத்துப் போனேன். மக்கட் பிறவியை எடுத்தும் உன் மலரடியைத் தொழாதிருந்த மடமையினால் துக்கக் கடலில் விழுந்து மனம் துடிக்கின்றேன். துணை எவரையும் காணேன். குறையாத கருணைக் கடலாகத் திகழும் குமரனே, அடியார்க்கு அருள்புரியும் உன் திருவடிகளை மறந்து, கொடியாரிடமும், கல்மனத்தாரிடமும், வீணரிடமும், ஈனரிடமும் போய் நின்று எனது குறையிரந்து கூறியும் துணை எவரையும் காணாது தவிக்கின்றேன். இது முறையாகுமோ?' என்று முருகனிடம் முறையிட்டு, அந்த இறையோனே தமக்குத் துணையாக இருக்குமாறு வேண்டித் துதிக்கின்றார்.

43. அன்பிற் பேதுறல்

சிவன், உமையாள் மனமகிழச் செய்எனத்தோன்றியகந்தனை,
அவன்அடிக்கீழ் இவர்இருக்க அருள்புரிய வேண்டுகின்றார்.

'ஊடர்கள் தமக்குள்' எனத் தொடங்கி இப்பதிகம் முழுவதும் பாடல்களின் இறுதியில் 'தணிகைக் குன்றமர்ந்திடும் குணக்குன்றே' எனக் கூவியழைத்துக் குமரக் கடவுள்பால் கொண்டிருந்த அன்பின் ஆழத்தை வள்ளலார் அருமையாக வெளிப்படுத்துகின்றார்.

'சிவபெருமான் உமையம்மையின் கையில் கொடுக்க, சேர்த்தணைத்து வாங்கிக் கொண்டு சிந்தை மிக மகிழ்ந்த அம்மை, இவன் அமுதச் செல்வன் எனக் கைகளில் ஏந்திக் களிப்புறுமாறு, அம்பலத்து ஆடும் அய்யர் அளித்த அரும்பெரும் பேறே! சிவமெனும் தருமக் கடலகத்து எழுந்த தெள்ளிய அமுதமே! நற்றவத்தவர் உணரும் பரசிவத்தினின்று உதித்த நல்லருட் சோதியே! குருவுருவாகி, அருள்தரும் தணிகைக் குன்றில் அமர்ந்திடும் குணக்குன்றே! வரும் பயன் இன்னதென்று அறியாது வருந்துகின்ற நான் அழிவுக்குள்ளாகும் உலக வாழ்க்கை மெய்யென்று நினைக்கின்ற மாயையால் உண்டான மயக்கம் நீங்கிடுமாறு எனக்கு மெய்ம்மையை உணர்த்துவது எப்போது? நிகரில்லா உன் திருவடிப் புகழை நினைந்து போற்றி நிலைத்த இன்பத்தைத் தரும் உன் பாத நீழலை நான் அடைவது எப்போது? பவமெனும் பிறவியாகிய கடலில் வீழ்ந்து உழலும் இப்பாவியின் முகம் பார்த்து, வேறு எதனையும் நாடாமல் உன்திருவடிக்கீழ் இருக்கவென்று என் குற்றமகல நீ எனக்கு உரைப்பது எப்போது?' என ஏங்கிக் கலங்குகின்றார்..

44. தரிசனை வேட்கை

'பரசிவத்துள் கிளர்ந்தொளிரும் பரஞ்சுடரை, அன்பர்க்கருள்
தருசுகத்தைத் தணிகைபோய்த் தரிசித்துஇறைஞ் சுவன்'என்பார்.

'**வே**ல்கொளும்' எனத் தொடங்கித் தரிசனை வேட்கை எனும் பதிகத்தை வள்ளலார் பாடுகின்றார். தணிகை மலைத் தேவின் மேல் தணியாத அன்பும், பற்றும் கொண்டவராய், இனிதான சொற்களால் புகழ்ந்து பாடி, ஒவ்வொரு பாட்டின் இறுதியிலும் 'தணிகையில் கண்டு இறைஞ்சுவனே' எனத்தமது ஆழ்ந்த விருப்பத்தை வெளிப்படுத்துகின்றார்.

வேலாயுதத்தைக் கையில் கொண்ட வேலவனை, தண்டை அணிந்த கால்களை உடைய தணிகாசலனை, சாமிநாதனை, கடப்பமாலை தரித்த கந்தனை, குன்றுதோறும் ஆடி வரும் குமரனை, குகனை, குருபரனை, அருணகிரி நாதருக்கு அருள்புரிந்த அண்ணலை, ஒப்பிலாது ஓங்கிய ஒருவனை, ஞானச் செல்வனை, பத்தியெனும் வலையில் அகப்படும் பண்பாளனை, பாடித் துதிப்பவர்க்கு அருள் வழங்கும் பதியினை, பரசிவத்துள் கிளர்ந்தொளிரும் பரஞ்சுடரை, முத்திக்கொரு வித்தான முருகனை, அழகன் என்றும், அமலன் அதாவது பரிசுத்தமானவன் என்றும், விமலன் அதாவது தூயவன் என்றும், குழகன் அதாவது இளையோன் என்றும் பலவாறாகப் புகழ்ந்து, 'என்னுயிரும், என்பொருளும், என் கண்மணியும், யான் பெறும் பேறுமாகி, நான் நினைக்கையில் இறங்கி வந்தருளும் இறைவனைத் தணிகையில் தரிசித்து வணங்குவேன்', என ஆவலுடன் பாடுகின்றார்.

45. நாளெண்ணி வருந்தல்

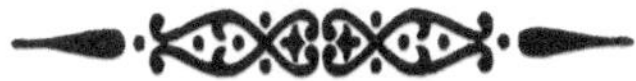

திருத்தணிகை வேலவனின் திருவருளால், தமைச்சூழ்ந்த வருத்தமெலாம் திரும்நாள் வரவிலையே எனவாடுவார்.

'இன்னும் எத்தனை நாட்செல்லும்' எனத் தொடங்கும் இப்பதிகத்தின் முதற்பாடல் முதல் வரியில் அந்த வினாவை முருகனிடம் கேட்பது போலவே, அடுத்துவரும் ஒவ்வொரு பாடலிலும் கூட அதே கேள்வியை மீண்டும் கேட்பவராகவும், தம் இடர்கள் தீரும் நாளை எதிர்பார்த்து, எதிர்பார்த்து, ஏக்கமுடன் முறையிடுபவராகவும் வள்ளலார் இதனைப் பாடுகின்றார். ஏழையென்றும், எளியனென்றும் தம்மைக் குறைத்துக் கொள்வதன்றி, மிகவும் தாழ்த்திக் கொண்டு பாவி, வீணன், கடையன், பேயன் என்றும் தன்னடக்கத்தோடு தம் நிலையிலிருந்து இறங்கித் தணிகைப் பெருமானின் அருள்பெறப் பெரிதும் முனைகின்றார்.

'மின்னும் வேற்படை கரத்தில் மிளிரும் மேலோனே, மயில்வாகனனே, சிவபெருமான் அருளிய சேயனே, சிவை உமை பெற்ற பெரும் செல்வனே, அன்போடு உருகும் அடியார்க்கு அருள்தரும் ஆறுமுகத்தேவே, ஆனந்தத் தெளிதேனே, கருணை வெளிப்படும் அழகிய கண்களை உடைய கந்தனே, வாழ்த்துவோர் ஊழ்வினையை நீக்கி வளமருளும் வள்ளலே, என் ஆவியே, எனையாளும் குருவடிவமே' எனப் பலவாறாகப் போற்றி, 'தீராத துயர்க்கடலில் வீழ்ந்து நீந்திக் கரையேற இயலாமல் தடுமாறும் என்னைக் கரையேற்றுவிக்க உன் கருணை வாய்க்கப் பெற இன்னும் எத்தனை நாளாகும்? மன்னும் திருத்தணிகை வாசனே, உன் மனக்கருத்தை அறியாமல் தவிக்கின்றேனே' என்று வடிவேலனிடம் முறையிட்டு வருத்தம் நீக்க வேண்டுகிறார்.

46. செல்வச் சீர்த்தி மாலை

மணிகள்என வரும்சீர்த்தி மாலையினைத் தொடுக்கின்றார்,
தணிகைஎனும் தலத்தமர்ந்த சைவமணிசண் முகன்அணிய.

'அடியார்க்கு எளியர்' எனத் தொடங்கும் இந்தப் பதிகத்தின் ஒவ்வொரு பாடலும் 'தணிகாசலமாம் தலத்தமர்ந்த சைவமணியே சண்முகனே' என்றழைத்து முடிவும் இறுதி வரிகளுடன் செவ்வேள் முருகனின் சீர்த்தியை அதாவது புகழைச் சித்தரிப்பதாய் வள்ளலார் பாடுகின்றார்.

'பெரிய பெருமானாகிய சிவபெருமான் உவந்து பெற்ற செல்வ மகனாகி, அரிய பிள்ளைப்பெருமான் என அடியார்கள் புகழும் ஆரமுதே, அத்தன் அதாவது தந்தை முக்கண் அய்யருக்கும், அகிலம் காக்கும் அம்மைக்கும் முத்தம் தந்து இன்பமுறும் முருகவேளே, முழுமுத்தே, அன்பர் உளத்தாமரையை அகல விரிக்கும் கதிரொளியே, துன்பத்துக்கு இடந்தரும் பிறப்பைத் தொலைக்கத் துணையாய் வரும் தோகை மயிலோனே, ஓயாது உயிருக்கு உள் ஒளிந்து நின்று எவையும் உணர்த்தும் ஒப்பற்றவனே, மாயை தரும் மயக்கை வெறுத்தோர் மனதில் ஒளிரும் மணிவிளக்கே, தவத்தோர் புகழும் தற்பரனே, தாயாய் என்னைக் காத்தருளும் தருமதுரையே, பொய்யர் அறியாப் புண்ணியமே, புனித ஞானத்து அறிவுருவே, பருகாது உள்ளத்தில் இனித்திருக்கும் பாலே, தித்தித்து ஒழுகும் செந்தேனே, முதுமறையே, முதற்பொருளே, முதிர்ந்த முக்கனியே' எனப் பலவாறாகச் சிறப்பித்து முருகவேளைப் பாடியபின்,

'ஏதேனும் குற்றம் புரிவதையே இயல்பாகக் கொண்ட இவ்வுலக வாழ்க்கையில் எளியேன் எண்ணிலடங்காத இடர்களை எதிர் கொள்ளும்போது உனது தூய திருவடிகளைத் தான் துணையாகக் கொண்டுள்ளேன். அஃதறிந்து எனக்கு அருள்புரிய வேண்டாமோ?' என்று முறையிட்டு முடிக்கின்றார்.

47. போற்றித் திருவிருத்தம்

'போற்றி'என்று அடிதோறும் பொருந்தும்இறுதிச் சொல்வைத்துச்
சாற்றுகின்ற திருவிருத்தம் சரவணன்சீர் போற்றுவதே.

'**கு**ங்கையஞ் சடைசேர்' எனத் தொடங்கிக் கந்தக் கடவுளின்
சிறப்பைக் கருத்துக் செறிவு மிக்க வருணனைகளால் சித்தரித்து,
அத்தகையோனைக் 'போற்றி' என்று புகழும் சொல் வரிதோறும் இறுதிச்
சொல்லாக வருமாறு அமைத்துப் பதினைந்து பாடல்களை வள்ளலார்
பாடுகின்றார்.

'ஆதியே, அனாதியே, அருட்பெருங்கடலே, ஆதாரமாக என்னுள்
அமர்ந்த ஆறுமுகத்து அரசே, அச்சம் தீர்த்து அன்பர்களைக் காப்பவனே'
என்றும், 'சங்கரி புதல்வனே, சத்திவேல் கரத்தவனே, சரவணப் பெருமானே,
செங்கதிர் வேலவனே, சிவானந்தத் தேனே, சிவபரஞ் சோதியே, தெய்வச்
சரவண பவனே, மூவிரு முகத்தவனே, முருகு எனும் சுந்தர வடிவினனே'
என்றும் 'விண்ணின் சுடரே, கண்ணின் மணியே, பண்ணின் பயனே,
எண்ணும் அடியார்க்கெல்லாம் இனித்திடும் தெள்ளாரமுதே, அச்சம்
தீர்த்து அன்பரைக் காப்பவனே, உள்ளங்கையில் உள்ள கனியே' என்றும்
சண்முகத் தெய்வத்தைப் பன்முகமாய் விவரித்துத் திருமுருகன் திருவுருவை
நம் மனத்தில் ஆழப் பதிப்பவராகி அத்தகையோனின் அருள்வேண்டிப்
போற்றுகின்றார்.

48. திருவருள் விலாசப் பத்து

ஆறுமுகப் பெருமானின் அருள்வாய்க்கப் பெற்றபேற்றைக்
கூறிமிக மகிழ்கின்றார், குருவாய்வந்து ஆட்கொண்டதாய்.

'ஆறுமுகப் பெருங்கருணைக் கடலே' என இப் பதிகத்தைத் தொடங்கி,
விருத்தப் பாடல் ஒவ்வொன்றும் 'என்னைச் சிறுகாலை ஆட்கொண்ட
தேவதேவே' என முடியுமாறு செவ்வேளை நினைந்துருகி வள்ளலார்
பாடுகின்றார். வீட்டின் மாடியில் இருந்த தமது தனியறையில் மனதைத்
தியானத்தில் ஆழ்த்தி, முகம் பார்க்கும் கண்ணாடியில் முருகனைக்
கண்டு முற்றிலும் பரவசத்தில் மூழ்கிய அவர், வயது கூடிய பின் ஆறுமுகப்
பெருமானின் அருள் வாய்க்கப்பெற்ற பேற்றைக் குருவாய் வந்து குமரக்
கடவுள் தம்மை ஆட்கொண்டதாய்க் குறிப்பிட்டு மகிழ்கின்றார். ஒருநாளும்
மறவாமல் உள்ளம் நினைத்திருந்த முருகனைச் சிறுகாலை அதாவது தம்
இளவயதில் ஆட்கொண்ட தேவதேவன் எனப் புகழ்கின்றார்.

'சிந்தை மகிழ்ந்து, செல்வ அருட் குருவாய் வந்து என் சிரத்தில் உன்
திருவடி மலரை வைத்து என்னைச் சிறுவயதில் ஆட்கொண்டு, கந்தவேளே,
நீ கல்வியெலாம் கற்பித்தாய். நேயம் என்னும் அன்பை உந்தன்மேல்
நிலைக்க வைத்தாய். தெளிவு பெறாத நிலை அகற்றி எல்லாவற்றையும்
என்னைத் தெளிவு பெற வைத்தாய். உலகம் கானல் என்று உணரச்செய்து
என் உள்ளிருந்து அருள் தந்து உதவுகின்றாய். அயலாரிடம் சென்று இது
வேண்டுமென்று இரவாத வண்ணம் ஏற்றம் அளித்தாய். பத்தி உணர்ச்சி
இல்லாதாரின் பக்கமும், உன் புகழைப் பேசாதார் பக்கமும் நான் செல்லாமல்
காத்து, உன் பொன்னடிகளைப் போற்றுகின்ற புண்ணியர்களின் குழுவில்
என்னைப் புகுத்தி, உன்னடியவன் நான் என்று ஓங்கும் வண்ணம் உயர்வுறச்
செய்து, சித்தி தரும் சிவஞானச் சிறப்பு பெறச் செய்தாய். கற்பனை
உலகில் பயனிலாது சென்று காலூன்றி நான் மயங்காமல், இரவும் பகலும்
உன் இணையடிகளை நினைந்து இன்புறுமாறு எனக்கு அருள்புரிக' என
வேண்டுகிறார்.

49. தெய்வ மணி மாலை

செ‌ன்னைநகர் கந்தகோட்டத் தெய்வமணி யைத்தொழுதுப்
பொன்னைநிகர் சொற்களினால் போற்றுவதுஇப் பாமாலை.

'திருவோங்கு' எனத் தொடங்கி இத்தெய்வமணி மாலையினை 31 பாடல் மணிகளால் தொடுத்து வள்ளலார் பாடுகின்றார். முன்னை தவப்பயனாக முருகன் இவர் சிறுவயதில் தன்னைக் கண்ணாடியில் காட்ட, கண்குளிரக் கண்ட இவர் சிலகாலம் ஆனபின் சென்னையில் கந்தகோட்டம் போய்ச் செவ்வேளைத் தினமும் கண்டு சேவித்துத் துதித்துப் பாடிய பாடல்களின் தொகுப்பு இதுவாகும். பாடல் ஒவ்வொன்றும் பதினாறு அடிகள் கொண்டதாகவும், ஒவ்வொரு வரியும் வியப்பூட்டும் வகையில் கருத்தாழமும், செறிவும் கொண்ட சொற்கோவைகள் நிறையப் பெற்றதாகவும் புனையப் பெற்றுள்ளது படிப்பவர்க்கு ஆர்வம் ஊட்டுவதாகும். பாடல் ஒவ்வொன்றின் இறுதியிலும் 'சென்னையிற் கந்தகோட்டத்துள் வளர் கந்தவேளே' என்றும், 'தண்முகத் துய்யமணி உண் முகச் சைவமணி சண்முகத் தெய்வமணியே' என்றும் ஒருக்காலும் மறவாத முருகனைச் கூவி அழைத்து, அன்புப் பெருக்கத்தால் உண்டான மன உருக்கத்தை வெளிப்படுத்துகின்றார்.

முதற் பாடலில் தமது சொல்லாட்சியின் முத்திரையைப் பதிப்பவராய் 'ஓங்கு' எனும் சொல் இணைந்து வரும் திருவோங்கு, உருவோங்கு முதலான சொற்களும், 'ஓங்கி' எனும் சொல் இணைந்து வரும் செயலோங்கி, அறிவோங்கி முதலான சொற்களும், 'ஓங்க' எனும் சொல் இணைந்துவரும் செல்வமோங்க, வளமோங்க முதலான சொற்களும் என இருபதுக்கும் மேல் ஓங்கி ஒலிக்கும் ஓசைகளளலான சொற்றொடர்களை வைத்துப் பாடுகின்றார். 'ஒருமையுடன்' எனத் தொடங்கும் எட்டாவது பாடல் அருமையானதெனப் பலராலும் அறியப்பட்ட பாடலாகும். 'ஒன்றிய மனதுடன் உன்திருவடிகளை நினைக்கின்ற உத்தமர் உறவு வேண்டும். உன்னை மறவாது இருக்க வேண்டும். உன் புகழைப் பேசுதல் வேண்டும். மதி வேண்டும், உன் கருணை நிதி வேண்டும். நோயற்ற வாழ்வு வேண்டும்' எனக் கோருகின்றார்.

'ஈக என்று எவரிடமும் கேட்காத இயல்பும், இரப்போர்க்கு இல்லை என்னாது இடுகின்ற திறமும், பிறர் பொருளை விரும்பாத மனமும், சீயென்று பிறரைத் தீங்கு சொல்லாத தெளிவும், வாய்மையும், தூய்மையும் தந்து என்னை உன் திருவடிக்கு ஆளாக்க வேண்டும். அதே வேளையில் காமம், கோபம், லோபம், மோகம், மதம், மாச்சரியம், கொலை என்ற பகைவர்கள் என்னைப் பற்றிக் கொள்ளாமல் காக்க வேண்டும். நிராசையாம் பெண்களும், சாந்தமாம் புதல்வனும், கொடைக்குணமாம் நற்பொருளும், மருளகற்றும் அறிவாம் துணைவனும், கர்வமின்மையாம் நண்பனும், சுத்தமான மனமாம் பணியாளும் பெற்று வாழ்கின்ற வாழ்வினை அருள்வாயாக' என வேண்டுகிறார்.

'உன் திருவடிகளைத் தியானிப்போர்க்கு நீர்வளம் மிக்க நிலமுண்டு, நிதியுண்டு, மதியுண்டு, நற்கதி கொண்ட நெறியுண்டு, நற்பேருண்டு, அணிய நல் உடையுண்டு, உண்டு மகிழக் குறையாத உணவுண்டு, அமைதியான உளமும், மனவளமும், நலமும் உண்டு, வண்டி வாகனங்கள் உண்டு, வற்றாத செல்வமுண்டு' என்று மிக நீண்ட பட்டியலிடுகின்றார். இவையெல்லாம் உண்டு, உண்டு என ஒருங்கே இருபத்தைந்து சீர்சிறப்புகளை ஒரு தொகுப்பாய் எடுத்துக் கூறிப் படிப்போர்க்கு முருகபத்தி பெருகி வருமாறு தூண்டி, வளமும், நலமும் பெற்று வாழ நல்வழியைக் காட்டுகின்றார்.

50. கந்தர் சரணப் பத்து

கருணாலயன் எனவிளங்கும் கந்தக்கட வுளைக்கூவி,
சரணாகதி விழைகின்றார், சரவணன்அருட் புகழ்பாடி.

'அ'ருளார் அமுதே' எனத் தொடங்கி 'அழகா, அமலா' எனத் தொடர்ந்துச் செவ்வேள் கந்தப் பெருமானின் சீர்பரவி அழைப்பவராய், ஒவ்வொரு வரியின் முடிவினிலும் ஓரிரு முறை 'சரணம்' எனக் கூறித் தஞ்சம் பெற விழைபவராய், வள்ளலார் பத்துப் பாடல்கள் பாடி வழிபடுகின்றனர்.

பதியே, பரமே என்றும், உருவே, அருவே என்றும், உயிரே, உணர்வே என்றும், அமுதே, அறிவே என்றும், அரியாய், பெரியாய் என்றும், அடியார்க்கு எளியாய் என்றும், குருவே,திருவே என்றும், கோவே, குகனே என்றும், தேவே, சண்முகனே என்றும், வேதப் பொருளே என்றும்,நாதத்து ஒலியே என்றும், ஒளியுள் ஒளியே, அளியும் கனியே என்றும், மறையின் பயனே, மயில்வாகனனே என்றும், ஒழுக்க சீலர்க்கு அருள்வோன் என்றும், உலகினர் துயரைத் தீர்ப்போன் என்றும், காதுக்கு இனிதான புகழ் கந்தன் உடையவன் என்றும், ஓதற்கு இனிதாகவும், பொருள் உணர்தற்கு எளிதாகவும் உள்ள பாடல் வரிகள் அனைத்திலும் சரணம் எனக்கூறி, எந்த நாளும் மறவாமல் இதயத்தில் அவர் ஏந்திய கந்தவேளின் கருணை காக்குமெனச் சரணடைகின்றார்.

திரு அருட்பா -
ஆறாம் திருமுறை

51. பரசிவ வணக்கமும், பதிவிளக்கமும்

'சிற்றம்பலத்து ஓங்குகின்ற தெய்வமொன்றே கண்டீர்'எனப்
பற்றும்பத் தியும்விளங்கப் பதிவிளக்கம் தருகின்றார்.

'**தி**ருவிளங்க' எனத் தொடங்கித் தில்லை சிற்றம்பலத்தில் திருநடம்
செய்யும் சிவபெருமானையும், உடனிருக்கும் சிவகாமி
அம்மையையும் சிறப்பித்துச் சேவிப்பது பரசிவ வணக்கம் எனும்
ஒற்றைப் பாடலாகும். 'திருவும், சிவஞான சித்தியும், சிவஞான நிலையும்,
சிவானுபவமும் சிறந்து மேம்படுமாறு மிகுந்தொளிரும் திருவிளக்காகத்
திகழ்ந்து, உலக உயிரினங்களும், அவற்றுக்குரிய உணர்ச்சியும்
உரிய முறையில் விளங்குமாறு அருள்தந்து உதவுகின்ற சிவகாமி
அம்மை அருகிருந்து இன்புறுமாறு அம்பலச் சிற்சபையில் அருள்நடம்
புரிகின்ற சிவக்கொழுந்தே' என விளித்து வள்ளலார் பரசிவ வணக்கம்
செய்கின்றார்.

'அகரநிலை' எனத் தொடங்கி அழகழகான வருணனைகள் வருமாறு
அமைந்த 13 பாடல்களும் பதிவிளக்கம் தருவனவாகும். அண்டம் முதல்
பிண்டம் வரை அனைத்திலும் நீங்காமல் அமைந்திருந்து, கண்டமெலாம்
கடந்து, அகண்டமாய், அது கடந்தும் தனிவெளியாய் விளங்கும்
சிற்றம்பலத்தில் ஓங்கி ஒளிர் தெய்வமொன்றே கண்டீர் என்றும், எல்லாம்
தான் உடையதாகவும், எல்லாம் தான் ஆனதாகவும், எல்லாம் வல்லதாகவும்,
சொல்லாலும், பொருளாலும், அறிவாலும், துணிந்தளக்க முடியாததாகவும்,
யோகியர் தன்வயமாய் நிற்கும் துரியநிலையும் கடந்து, அதன்மேல்
சுத்த சிவ நிலையாகி, அரியதாய், பெரியதாய், அழகிய சிற்றம்பலத்தில்
ஓங்கி நிற்கும் தனிக்கடவுள் கண்டீர் என்றும், நிலம், நீர், காற்று, நெருப்பு,
வானம் எனும் பூதப் பகுதி முதல் நாதப் பகுதி வரையான தத்துவ
உருவமாயும், ஞானானந்தம், பரமானந்தம், பிரமானந்தம், பேரானந்தம்,
அத்துவிதானந்தம், சச்சிதானந்தம், சுத்த சிவானந்தம் நிலை பெற்று

விளங்கும் சமரச ஆனந்த சபையினிலே ஓங்கி ஒளிரும் தனிக்கடவுள் ஒருவருண்டே கண்டீர் என்றும் சிற்றம்பலத் தெய்வத்தின் மேல் பற்றும், பத்திமையும் பதித்தவராய்ப் பதிவிளக்கப் புகழ்மழையை வள்ளலார் பொழிந்துள்ளார்.

52. பரசிவ நிலை

பரசிவநிலை சிறப்புபாடிப் பரவசமாய்த் துதிக்கின்றார்,
அரசெனச்சிற் றம்பலத்தில் ஆடும்அரிய தெய்வத்தை.

'அருட்ஜோதி தெய்வம்' எனத் தொடங்கும் முதலடியிலிருந்து, அடிதோறும் அம்பலத்து ஆண்டவனின் அரிய சிறப்பு அடைமொழி கூறி, அடுத்து தெய்வம் என்ற சொல்லைச் சேர்த்தமைத்துப் பரசிவ நிலையை வள்ளலார் பத்துப் பாடல்களில் விவரித்துப் பாடுகின்றார். சொற்சுவையும், பொருட்செறிவும் நிரம்பி வரச் சொல்லும் பாட்டு ஒவ்வொன்றையும் 'சிற்சபையில் விளங்குகின்ற தெய்வமதே தெய்வம்' என முடிக்கின்றார்.

அருட்ஜோதி தெய்வம் தம்மை ஆண்டுகொண்ட தெய்வம் என்றும், இருட்பாடு நீக்கி ஒளி ஈந்தருளும் தெய்வம் என்றும், தூண்டாத மணி விளக்காய்த் துலங்குகின்ற தெய்வம் என்றும், தீண்டாத வெளியில் வளர் தீண்டாத தெய்வம் என்றும், சத்திகள் எல்லாம் விளங்கத் தான் ஓங்கும் தெய்வம் என்றும், பத்தி என்னும் வலையில் அகப்படும் கருணைத் தெய்வம் என்றும், எல்லாம் செய்ய வல்லதுவாய் எங்கும் நிறைந்த தெய்வம் என்றும், தாயாகித் தந்தையுமாய்த் தாங்குகின்ற தெய்வம் என்றும், வாயார வாழ்த்துவோர் மனத்தில் அமர்ந்த தெய்வம் என்றும், சேயாகத் தம்மை வளர்க்கின்ற தெய்வம் என்றும், தமது உயிரிற் கலந்து இன்பம் தரும் தெய்வம் என்றும், பொன் போன்ற திருவடியைத் தமது தலையில் பொருந்த வைத்த தெய்வம் என்றும், பண்ணிய தம் பூசையிலே பலித்து அருள்புரியும் தெய்வம் என்றும், திண்ணிய மன உறுதி உள்ளவன் எனத் தம்மை உலகம் தெரிய வைத்த தெய்வம் என்றும், சாகாவரம் தந்த தெய்வம் என்றும், சன்மார்க்கத்தில் தம்மைச் செலுத்திய தெய்வம் என்றும், தாம் கொண்ட பேரன்பினால் தமக்கு வாய்த்த தெய்வம் என்றும், அற்புதச் சத்திகளைத் தமக்கருளும் தெய்வம் என்றும் அரிய புகழ் அனைத்தும் தொகுத்துப் பெரிய பெருந் தெய்வமான துரிய நடராசரின் பெருமைகளைப் பாடித் துதிக்கின்றார்.

53. முறையீடு

அனைத்துநல்லவை அறிந்தும்இவர், அறியேன்எனல், அறியாதார்
மனத்தைநல் வழிப்படுத்தி மன்றிறைவன் வசமாக்கவே.

'மருந்தறியேன்' எனத் தொடங்கி வளரும் பத்துப் பாடல்களிலும் 'அறியேன்' என்ற சொல் அநேக அடிகளில் இறுதியில் வருமாறு அமைத்து வள்ளலார் மன்றில் நடம்புரியும் மாதேவனிடம் முறையீடு செய்கின்றார்.

ஆன்மீக ஒளிவிளக்காய் அனைத்தும் அறிந்தவராக இருந்தும் வள்ளலார், 'மதியும், விதியும், வாழ்க்கை நிலையும் அறியேன். கற்கும் முறை கற்றறியேன். அறம் செய்தறியேன். கொலையும், புலையும், கோபமும், கர்வமும், காமமும் தவிர்க்க அறியேன். சாதி மதங்களின் சங்கடங்களை விட்டகல அறியேன். நீதி நெறி நின்றறியேன். மெய்ந் நெறியில் சென்றறியேன். நான் யார் என்றறியேன். ஆதி, அந்த நிலைகளை அறியேன். வேதாந்த நிலையை நாடி முயன்றறியேன். மெய்வகையும், செய்வகையும் அறியேன். நாதாந்தத் திருவீதி நடந்தறியேன். முத்திநெறி நிற்பவர்களின் கருத்தைக் கேட்டறியேன். பிறவிக் கடலைக் கடக்க அறியேன். சித்திநிலை, சித்தாந்த நிலை பெற அறியேன். இத்தகைய நான் மணிமன்றம் எனும் சிற்றம்பலத்தை அடையும் வழியை அறிவேனோ? அங்கே ஒருமை நடம்புரியும் உன் பெருமையை அறிவேனோ? இதனை யாருக்கு எடுத்துச் சொல்வேன், என்ன செய்வேன்? ஏதும் அறியாதவனாய் இருக்கின்றேனே!' என்று முறையிடுகின்றார்.

(நற்குணம் பெற்றிராத, நற்செயல் புரிந்திராத மக்களில் இவர் தம்மையும் ஒருவராக வைத்து இங்ஙனம் முறையிடுவதன் நோக்கம், இதனைப் படிப்போர் மனந்திருந்தி அறியாமை நீங்கி, நல்லறிவு வரப்பெற்று, இறைவன் திருவருளை நாடித் திருக்கோயில் சென்று தொழவேண்டும் என்று நல்வழி காட்ட விழைந்த பேரவாவே என்பது புலனாகின்றது.)

54. தற் சுதந்தரம் இன்மை

தற்சுதந்தரம் இல்லாமல் தாமிருக்கும் நிலையினிலே
சிற்சபைஅர சோல்லாம் செய்யவல்லார் தமக்குளன்கிறார்.

'இப்பாரில் உடல் ஆவி' எனத் தொடங்கி வள்ளலார் பாடும் இப்பதிகத்தில் தாம் நினைத்தவாறு நடந்து கொள்ளும் சுதந்தரம் தமக்கு இல்லை என்றும், இறைவனின் அருளின்றி எதுவும் தம்மால் செய்ய இயலாது என்றும் கூறுகின்றார். பலரும் விரும்பிப் பாடும் 'பாட்டுவித்தால் பாடுகின்றேன்' என்று இப்பதிகத்தில் வரும் பாடல், நாம் இறைவனின் வசமாகிவிட்டால், சுயமாகச் செயல்படச் சுதந்தரம் இல்லை என்னும் கருத்தை மிக நயமாக வெளிப்படுத்துவதாகும். பாடல்களின் முடிவில் வரும் 'அந்தோ இச் சிறியேனால் ஆவதென்னே' என்ற சொற்றொடர், எல்லாம் அவன் செயல், அவனன்றி ஓர் அணுவும் அசையாது என்பதை உறுதிப்படுத்துவதாகும்.

'அப்பா, உன்னிடம் என் உடல், ஆவி, பொருள் மூன்றையும் நான் ஒப்படைத்து விட்டபின், எனக்கு முன்போல் சுதந்தரம் ஏது? அனைத்தும் உன் திருவுளப்படியே தான் நிகழ்வதாகும். ஊட்டுவித்தால் சிறுபிள்ளை உண்பதுபோல், நீ ஆட்டுவித்தால் நான் ஆடுகின்றேன். பாட்டுவித்தால் பாடுகின்றேன். உன்னைக் கூட்டுவித்தால் கூடுகின்றேன். நீ இயக்குகிறாய், நான் இயங்குகின்றேன், அல்லாமல் நானாகச் செய்வது எதுவும் இல்லை. கல்லான என் மனதையும் கனிவித்து உன் கருணையினால் பல்லாரும் அதிசயிக்கப் பக்குவம் தந்து, இன்ப அனுபவ உருவாய் என்னுள் இருந்து என்னைக் காத்து, அருட்பதமும் அளிக்கின்ற உன்னால் அல்லாது என்னாலே ஆவது என்னே! இன்பமே எனக்களித்தாலும், துன்பமே செய்வித்தாலும், அன்பனான என்பேதைமனம் அடங்கி அதை ஏற்பதன்றி வேற்றியேன். இறையோன் சித்தப்படியே எதுவும் நிகழும் என்பதால், சிறியேன் அதை ஏற்பதன்றி சிறிதும் என்னால் ஆவதில்லை,'என்று அம்பலத்தான் இயக்கமின்றித் தம்பலத்தால் எதுவும் நிகழ்வதில்லை எனவும் தற்சுதந்திரம் போனாலும் சிற்சபையான் அருளுண்டே எனவும் நிம்மதியையும், மனநிறைவையும் வெளிப்படுத்துகின்றார்.

55. வாதனைக் கழிவு

வாதனைஎனும் துன்பத்தால் வருந்தியதை முன்னுரைத்து,
நாதன்அரு ளால்பெற்ற நலம்அனைத்தும் பின்னுரைக்கிறார்.

'பொ முது விடிந்தது' எனத் தொடங்கி அந்தாதி எனும் அமைப்பில்
வரும் இருபது பாடல்களில் வள்ளலார் தாம் அடைந்த
வாதனை அதாவது துன்பத்தை விவரித்து, பின்னர் இறைவன் அருளால்
வாதனைக் கழிவு அதாவது துன்ப நீக்கம் ஏற்பட்டதைக் கூறிப் பாடுகின்றார்.

'உழுது களைத்துப்போன மாட்டைப்போல் உலகத்தின் துன்பங்களில்
உழன்று, அழுது உன்னைக் கூவி அழைப்பது பழுதை நீக்கும் உன்
திருச்செவியில் படவில்லையோ? நாயினும் கடையேன் நான் எனினும்,
தாயினும் பெரிய தயவுடைய நீ என் தவறுகளைத் திருத்திச் செய்என என்னை
அணைக்கலாகாதோ? நயந்த கருணை நடத்தரசே, நல்லோர்கள் வியந்த
மணியே, அருள் வடிவான நீ என் துன்ப இருள் அகற்ற மாட்டாயோ? காய்
எனினும் கனிவிக்கும் கருணை நோக்கு உடையவனே, கடைக்கண்ணால்
என்னைப் பார்த்தருளாயோ? கலங்கிநிற்கும் என்னைக் காத்திட இத்தருணம்
நீ வராமல் இருப்பது விளங்கும் உன்அருட் குணத்துக்கு அழகாகுமோ?'
இவ்வாறாக முறையிட்டு இசை பாடியது கேட்டு இரங்கிய இறைவன்
இவர்க்கு அருள் வழங்கிய விதத்தை இதமாகப் பின்வருமாறு கூறுகின்றார்.

'சுகம் நிரம்பப் பெருங்கருணைத் தொட்டிலில் என்னை அமர்த்தி, அகம்
மகிழத் திருவருளாம் அமுதளித்து, எனை அணைத்து, முகம் மலர்ந்திடச்
சித்திநிலை முழுதும் கொடுத்து, மூப்படையாமல் இருக்கச் செய்து,
சன்மார்க்க நெறி விளங்குமாறு என்னுட் கலந்து நிறைந்து நின்றாயே, உன்
அருள் உள்ளத்தை என்னென்று சொல்வேன்! மனக்கவலையைத் தீர்த்தருள்
என்று நான் வேண்டியதும் வந்து அருள்புரிந்த உன்னை நான் ஒரு கணமும்
பிரியாதிருப்பேன்.'

56. அபயத் திறன்

'நண்பனே, என் உயிர்நாதனே, நம்பினேன்உனை, ஆதலால்நீ துன்பிலேஎனைக் கைவிடேல்'எனத் தொழுது, அபயம் வேண்டுகின்றார்.

'ஆடகமணி' எனத் தொடங்கி, அம்பலத்தில் ஆடும் அரசின் அபயம் வேண்டி, 'உனையே நம்பினேன், கைவிடேல் எனையே' என்ற வேண்டுகோளை 28 பாடல்களின் இறுதியிலும் வருமாறு அமைத்து வள்ளலார் பாடுகின்றார். 'வீடகத்து ஏற்றுகின்ற விளக்கே, நாடகக் கருணை நாதனே, என் உயிர் நாயகனே, எல்லாம் வல்ல சித்தனே, சிவபெருமானே ' எனப் பலவாறாக அழைத்து அபயம் கோருகின்றார்.

தம்மை மிகவும் தாழ்த்திக் கொண்டு, காட்டிலே திரியும் விலங்கினும் கடையவன், ஆசை அகலாதவன், ஈயெனப் பறந்து, எறும்பென உழன்று, பேயெனச் சுழன்று, காயெனக் காய்த்தவன், நன்மையும், தண்மையும் அறியாத வெம்மை உடையவன், சுவைபெறச் சுவைத்த சோற்றுச் சுகத்தினால் சோம்பிக் கிடந்தவன், நாணம் இல்லாதவன், உதவாத ஏணியைப் போன்றவன் என்னும் நிலையில் முன்னம் இருந்தேனோ, இல்லையோ, இறைவா, உன் அருளால் தூயவனாகி உன்னையே நம்பினேன். புண்ணேதும் படாத உடம்பும், தவறு நினையாத மனமும், பொய்த் தோற்றம் இல்லாத உண்மை ஒழுக்க நிலையும் கொண்டவனாய், கண்ணுறங்காமல், இறைவா, உன்னை என் கருத்திலே வைத்துத் தொழுத போதிலும், புண்ணிலே புகும் கோல் போல மனத்திலே துயரம் புகுந்து என்னைக் கலக்கமடையச் செய்வதால், அண்ணலே, ஆடலரசே, உன்னையே நம்பினேன். என்னைக் கைவிடவேண்டாம்' என மனதைத் தொடுமாறு மன்றாடிக் கேட்டுக் கொள்கிறார்.

57. நெஞ்சொடு கிளத்தல்

'அலகிலாக்கரு ணைத்தெய்வம் அருள்புரிய வரும்தருணம்
உலகில்உளோர் அறியுமாறு உரைத்திடு,மன மே'என்பார்.

'அப்பன் வரும் தருணம் இதே' எனத் தொடங்கும் இப்பதிகத்தில் வள்ளலார் 'இறைவன் வரும் தருணம் இது. வாழ்வளிக்கும் பெருங்கருணை வள்ளல் வரும் தருணம் இது. திருவருளாம் பெருஞ்சோதி தனித்தலைவன் வரும் தருணம் இது' என்று தில்லை நடராசப் பெருமான் வரவிருக்கும் தருணத்தை உலகம் அறியுமாறு விரைந்து தெரிவிக்க வேண்டுமெனத் தம் மனதுக்குக் கூறுவதாய்ப் பாடுவதால் இது 'நெஞ்சொடு கிளத்தல்' எனத் தலைப்பு பெற்றுள்ளது.

தில்லை அம்பலப் பெருமானையே தெய்வமெனத் தொழுத வள்ளலார் இருவர்க்கும் இடையில் இருந்த இணையிலாப் பிணிப்பு காரணமாக, கேட்போர் அதிசயிக்கும் வண்ணம் பின்வருமாறு கூறுகிறார்: அன்பர்களுக்குத் தனது அருளாகிய அமுதத்தை அளிக்கும் தனிப்பெருங் கருணைத் தலைவனாகிய என் இறைவன் என்னுள் இருந்து தன் மொழியால் எனக்கு உணர்த்தியதை நான் உரைக்கின்றேன். அப்பன் அவன் இங்கு வரும் தருணம் இதுவே. இதைக் கதை யென்றோ, பொய்யென்றோ கருதி ஐயம் கொள்ளவேண்டாம். என் குருநாதர் எனக்குக் குறிப்பால் உணர்த்தியதைத்தான் நான் கூறுகின்றேன். நானாகச் சொல்வதன்று இது. நெஞ்சமே, நீஇதைஅறிக.உலகுக்குஇதைஎடுத்துச்சொல்.விரைவாய்இதனை அறிந்து கொண்டு உலகத்து உயிர்கள் எல்லாம் மகிழ்ந்து வியந்திடுமாறு, காலந்தாழ்த்தாமல் இப்போதே தெரிவிப்பாயாக. அனைவரும் இன்புற அருள் பாலிக்கும் அருட்ஜோதி நடராசர் தீமையெலாம் தவிர்த்து, சித்தியெலாம் அளித்து, நன்மைகளெலாம் பெருகுமாறு செய்ய இங்கே வரும் தருணம் இதுவே என்று எடுத்துச்சொல், மனதே' என்று இனிதே அவர் எதிர்பார்த்த மன்றிறைவன் வருகையை முன்னமே அறிந்து பாடியுள்ளார்,

58. திருப்பள்ளி எழுச்சி

பொழுதுபுலர்ந்து எங்கும்ஒளி பொலிவுறும்விடி யற்போதில்,
தொழுது, 'எழுந் தருள்க'எனத் துதிக்கிறார்அருட் ஜோதியினை.

'பொ முது விடிந்தது'எனத் தொடங்கும் இப்பதிகத்தில் பொன்னொளி எங்கும் பொங்கிப் பொலிவுடன் திகழும் அதிகாலை நேரத்தில் அருட்பெருஞ்ஜோதியை உறவின்முறை வெவ்வேறாய் ஒவ்வொரு பாட்டின் இறுதியிலும் வருமாறு அழைத்துத் திருப்பள்ளியினின்றும் எழுந்தருள்க என வள்ளலார் வேண்டுகின்றார். சிந்தை மகிழ நினைந்து, செவி இனிக்கச் சொல்லும் சொற்களாய்த் தந்தையென, அம்மையென, சற்குருவென, தெய்வமென, அப்பனென, அய்யனென, அரசே என, பதியே என, வள்ளலென ஒப்பிலா உறவு உடையவராய் ஜோதியை உவந்து அழைக்கின்றார்.

புலர்ந்தது இரவு ஆதலினால் பூத்தொளிர்ந்த தாமரைபோல் மலர்ந்தது தம் உள்ளம் என்றும், ஆணவ இருள் அழிந்தது என்றும், மயக்கம் தந்த மாயை இரவு கழிந்தது என்றும், நல்லாரும், ஞானியரும், சன்மார்க்க சங்கத்தாரும், தொண்டரும், புலவோரும் எனப் பல்லாரும் வந்து பணிந்து, சிவசிவ என்று போற்றித் தொழுதும், சொன்மாலை தொடுத்து ஜோதியின் பெருமையைப் பாடியும், துதித்தும் மகிழ்கின்றனர் என்றும் வைகறைப் பொழுதைப் பலவாறாக வருணித்து, ஆங்காங்கு மக்கள் செய்கின்ற நற்பணிகளைக் குறிப்பிடுவதன்றி, தமக்கு அருட்கல்வி அளித்து உணரத் தக்கவை முழுதும் உணர்ந்து கொள்ளுமாறு பயிற்றுவித்துத் தம்மை விழித்தெழச் செய்த சற்குருவான அருட்பெருஞ்ஜோதி தன் திருவுளம் விரும்பும் பணிகளைத் தாம் நிறைவேற்றுமாறு சொல்லியருள வேண்டும் என்றும் கோருகின்றார்.

மேலும், 'மெய்ப் பொருளெலாம் எனக்கு மேன்மேல் அருளிச் சித்தெலாம் செய்யும் வண்ணம் இருளெலாம் அகற்றி என்னை ஆண்ட அருட்பெருஞ்ஜோதியே, அலங்கரித்து ஒளிரும் அம்பலச் சிற்சபையில் தொழும் அடியார்களுக்கு இறவாத வாழ்வை அருள்வாயாக,'என்றும் வேண்டுகின்றார்.

59. சிற்சத்தி துதி

'கொடியே, கொடி யே'என்று கொண்டாடித் துதிப்பவராய்,
அடியேனுக்கு அருள்க'என்பார், அம்மைசிற் சத்தியிடம்.

'**சோ**திக்கொடியே' எனத் தொடங்கும் இப்பதிகத்தின் பாடல்களில், கொடியே, கொடியே என்று நாற்பதுக்கும் மேற்பட்ட இடங்களில் அம்மைச் சிற்சத்தியைக் குறிப்பிட்டுக் கூவியழைத்து தமக்கு அருள்புரிய வள்ளலார் வேண்டுகின்றார். ஆற்றல்மிகு கவித்திறத்தால் அம்மையை அழகழகாக வருணித்துக் கொடியாக உருவகித்துப் போற்றித் துதிக்கின்றார்.

சோதிக் கொடி என்றும், ஆனந்த சொருபக் கொடி என்றும், தம்மை ஈன்ற ஆதிக்கொடி என்றும், சன்மார்க்க நீதிக்கொடி என்றும், சிவகாம நிமலக் கொடி என்றும், சோதி உருவத்தின் பாதிக்கொடி என்றும், மாற்றுயர்ந்த பொன்னங் கொடி என்றும், சிவகீத பாட்டுக் கொடி என்றும், சிவ தருமக் கொடி என்றும், தவமணிக் கொடி என்றும், தம்மைத் தாங்கும் தனிக்கொடி என்றும், ஐம்புலன்களின் ஆசையால் மனம்போன போக்கில் போகாமல் தம்மை மீட்டு, நலம் மிகுந்த சன்மார்க்க நாட்டில் விடுத்த கொடி என்றும், கடுத்த இடர், பயம், கவலை எல்லாம் தவிர்த்து, அருளமுதம் அளித்துத் தம்மைக் காத்த அருள்ஞானக் கொடி என்றும், தேட்டையெனும் உயர்ந்த பேரருட் செங்கோல் செலுத்துகின்ற கருணைக் கொடி என்றும், கொடிய சமயக் குழியில் விழாமல் தம்மைத் தடுக்கும் பேரறிவினை அளித்த வள்ளற்கொடி என்றும், அருட் கரத்தினால் தம்மைத் தூக்கி எடுத்த கொடி என்றும், சித்திகளெலாம் தமக்கு 'இந்தா, மகனே' என்று கொடுத்த தெய்வக் கொடி என்றும் சிற்சத்தி அன்னையைப் பலவாறாகப் போற்றி, அருள்புரிய வேண்டுகின்றார்.

60. இன்பத் திறன்

அரியதிரு அமுதளித்து அம்பலத்தின் அரசுஇவர்க்கு
உரியபணி இட்டனராம், 'உவந்துஉன்னைப் பாடு'என்று.

'உலகுபுகழ்திருவமுதம்'எனத்தொடங்கும் இப்பதிகத்தில்சிற்றம்பலத்து அரசராகிய திரு நடராசர் தமக்களித்த திரு அமுதையுண்டு, துன்பமெலாம் தீர்ந்து, தளர்ச்சி நீங்கி, இளைப்போ, தவிப்போ, இடர் செய்யும் பசியோ அறியாதவராக ஆனதாகவும், அரிய சிவபோகத்தை அதாவது சிவ அனுபவத்தையும், ஆனந்தத்தையும் அடைந்ததாகவும் வள்ளலார் குறிப்பிடுகின்றார்.

'மாதவத்தால் நான் பெற்ற வானமுதே, இன்பநடம் புரிகின்ற இறைவனே, பாடுகின்றோர் உள்ளத்தில் கூடுகின்ற குருவே, உனக்குச் சம்மதமான பணியைச் செய்யுமாறு பணித்தால் அதைச் செய்வதன்றி என் பணி வேறெதுவும் இல்லை' என்று இவர் கூறக் கேட்ட இறைவன் 'என்னை நீ பாடவேண்டும். என்னோடு கலந்து ஆடவேண்டும்' என்று பணித்ததாகவும் 'அவ்வாறு செய்வது என் பாக்கியம்' என்று இவர் உவந்து ஒப்புக் கொண்டதாகவும் கூறுகின்றார்.

நாடறியக் கவிபாடி நாள்தோறும் நடராசரைத் துதிக்கும் இவர், பாட அறியார் என்னும் பாவனையில் தம்மை வைத்து 'என் இயல்பையே நான் அறியேன். ஒளியாகி, உள்ளொளியாய், உள்ளொளிக்குள் ஒளியாய், ஒளிஒளியின் ஒளியாய், அவ்வொளிக்குள்ளும் ஓர்ஒளியாய், வெளியாகி, வெளிவெளியாய், வெளியிடை மேல் வெளியாய், மேல்வெளிமேற் பெருவெளியாய், பெருவெளிக்கோர் வெளியாய் விளங்குகின்ற உன் இயலை நான் அறிவேனோ? அறிந்தவன் போலப் பாடுவதற்குச் செறிவும், தெளிவும் கொண்ட பொருள்நிறைந்த இனிய மொழித்திறனும், இலக்கண, இலக்கிய வளத்தோடு கூடிய பாடற் பொருளும் எனக்குக் கொடுத்தருள்க' என வேண்டுகின்றார்.

61. நடராஜ பதிமாலை

சுடராக எங்கும்ஒளிர் சுயஞ்ஜோதி வடிவான
நடராஜ பதிக்குஇந்த நறுமணச்சொல் மலர்மாலை.

'அருள்நிலை விளங்கும்' எனத் தொடங்கும் முதற் பாடலுடன் ஒவ்வொன்றும் பதினாறு அடிகளைக் கொண்ட நீண்ட பாடல்களாக முப்பத்து நான்கினை வள்ளலார் பாடுகின்றார். 'சுத்த சன்மார்க்க நிதியே, அருட்பெருஞ்ஜோதி நடராஜ பதியே' என்றழைத்து முடியுமாறு சில பாடல்களும், 'மணிமன்றில் நடுநின்ற ஒருதெய்வமே, எல்லாம் வல்ல நடராஜபதியே' என்றழைத்து முடியுமாறு இன்னும் சில பாடல்களும், 'துரியவெளி நடுநின்ற பெரிய பொருளே, அருட்ஜோதி நடராஜ குருவே' என்றழைத்து முடியுமாறு மேலும் சில பாடல்களுமாகச் சொற்றொடர் மலர்களினால் இந்தப் பாமாலையைத் தொடுக்கின்றார்.

நிலத்திலே, நீரிலே, நெருப்பிலே, ஒப்பிலா ஒளியிலே, காற்றிலே, வானிலே கலந்தும் நிறைந்தும் காட்சிதரும் கடவுளே தம்முன் வந்து முன்னாளில் கூறியதை நினைவு கூர்கின்றார். 'அந்நாளில் அம்பலத்தில் உனக்கு நான் அன்புடன் உரைத்த படியே, அற்புதமெல்லாம் வல்ல நம் அருட் பேரொளியை உன்னுள்ளே அளித்து யாம் உன்னுள் கலந்தோம். இனி எதிலும் உன்னை யாம் பிரியோம், கைவிடோம். இது உண்மை, எம்மீது ஆணை. இந்நாள் முதல் நீ எண்ணிய வாறு உன் இச்சைப்படி எதனையும் இயற்றுக,' என்று இறைவன் வாக்களித்த வண்ணமே 'என் உடம்பிலே, என் உயிரிலே, என் குணத்திலே, என் வாக்கிலே, என் அறிவிலே, என் செயலிலே, என் அனுபவத்திலே தானே கலந்துத் தன்மயமாக்கி என்னுள் நிறைந்திருந்து, சித்தெலாம் செய்யெனத் திருவாக்களித்துத் தெளிவு பெறச்செய்து, நான் தொடுவதெல்லாம் பெற்றிடத் துணைநின்று எவரும் அறியாத உயர்நிலையில் என்னை ஏற்றிவைத்தாய்' என்று பாடிப் பெரு மகிழ்ச்சியை வெளிப்படுத்துகின்றார்.

மேலும், 'நான் துன்புறும் மனத்தவனாய்ச் சோர்ந்து படுத்துத் தூங்க இருந்த இரவு நேரம் நீ என் அருகில் வந்து, அன்பினால் இன்புறும் முகத்தில் புன்னகை ததும்ப, இருகை மலர்கொண்டு என்னைத் தூக்கி எடுத்து அணைத்து ஆட்கொண்டு உன் மகனாக்கி, உன் பெருங் கருணை அமுதளித்து, துன்பம் நீங்கி இன்பம் வருமாறு சுத்த சன்மார்க்கத்தில் அன்புடன் எல்லா உயிரும் வாழ்ந்து மகிழ, நான் நினைத்தவாறே எனக்கு அருட்ஜோதி ஆட்சி தந்து, என்னுள்ளே இசைவுடனே இருந்து கொண்டே பொன்னொளிரும் சிற்சபையில் நடம் புரியும் நடராஜ பதியே!' எனப் போற்றிப் பாடித் துதிக்கின்றார்.

62. சற்குரு மணிமாலை

தற்பரனாய்ச் சிற்சபையில் தனித்தநடம் புரிகின்ற
சிற்பரனைச் சற்குருவாய்ச் சேவிப்பதுஇம் மணிமாலை.

'மா'ற்றறியாத' எனத் தொடங்கி மன்றிலாடும் மாதேவன் நடராசரின் மாட்சிமையைப் பாடும் வள்ளலார், போற்ற அறியாது தாம் பாடிய பாடல்களையும் இறைவன் ஏற்று மகிழ்ந்ததாய் இன்புற்று, சற்குருவாய்த் துதித்து இருபத்தைந்து பாடல்கள் பாடி ஒவ்வொன்றின் இறுதியிலும் 'தனி நடராஜ, என் சற்குரு மணியே' என்று அன்புடன் அழைக்கின்றார்.

'வேதமுடியில் விளங்கும் விளக்கே, ஆகம முடிச்சுடரே, ஆதியும் அந்தமும் இல்லாமல் அகத்திலும், புறத்திலும் நிறைந்த மெய்ப்பொருளே, சாதியும் மதமும் தவிர்த்தோர் தொழும் சன்மார்க்க முதலே, சன்மார்க்க சங்கத்தார் சார்ந்து தழுவும் பதியே, என் மார்க்கம் சிறக்க எனக்கு இறவா வரமளித்த இறையே, சிவநெறி செல்வோரின் அனுபவ நிறைவே, தவநெறி செல்வோர்க்கு இனிய நற்றுணையே, ஏகன், அநேகன் எனப் புகழும் மறைகளுக்கே எட்டாத நிலையே, நான் எட்டிய மலையே, கருவில் நான் இருந்த போதே திருவருள் அளித்த என் வாழ்முதலே, திரு நிலைபெற என்னை வளர்க்கின்ற பரமே, அஞ்சாதே என் மகனே என்று அனைவரும் அதிசயிக்க அருட்பெருஞ்ஜோதியை அன்புடன் அளித்து என் உள்ளத்தில் கலந்த அமுதே!' என்றும்,

'பற்பல வாகிய சமயங்கள் கூறும் பவநெறி எனும் மீண்டும் மீண்டும் பிறவி எடுக்கும் வழியிற் போய் இருள் செறிந்த நிலையை உலகினர் அடைந்தனர். அந்தத் தீய நெறியைத் தவிர்த்து, தூய பொது நெறியாகிய சன்மார்க்கம் என்னும் நன்னெறியில் என்னைச் செலுத்திய தற்பர, பரம்பர, சிதம்பர நிதியான சற்குருவே!' என்றும் போற்றி இம்மாலையை வள்ளலார் புனைந்துள்ளார்.

63. அத்துவிதானந்தத்து அனுபவம்

நன்றெனவே நினைப்பதெலாம் நடந்திடுவோ, நடவாதோ என்றறியா ஐயமுடன் இறைவனிடம் எடுத்துரைப்பார்.

'**தி**ருத்தகு பொன்னம்பலத்தே' எனத்தொடங்கும் இப்பதிகத்தில் வள்ளலார் ஐயப்பாட்டுக்கு உரியனவாய்ச் சில அரிய நிகழ்வுகளைக் கூறி, அவற்றில் எது நிகழும் என்று தாம் அறியவில்லையே என்பதாக அனைத்துப் பாடல்களிலும் குறிப்பிடுகின்றார். 'தில்லைப் பொன்னம்பலத்தில் திருநடம் செய் தேவின் திருவடிகள் என் தலை மீதில் வருமோ? சுத்த சிவானந்த வெள்ளம் பெருகி அகம், புறம் காணாமல் எங்கும் நிறைந்திடுமோ? அவ்வெள்ளத்தில் மூழ்கி நான் அதனைப் பெறுவேனோ? மரணம் தவிர்க்கப்பட்டு, சிவமயமாகி நிறைவு பெறும் வாய்ப்பு எனக்குக் கிடைக்குமோ? சரணம் அளிக்க நடராசர் சம்மதம் தருவாரோ? சிதம்பரத் திருநடனத்தைச் சிறிதே அறிந்த நான் முழுவதையும் அறிவேனோ? தேனும், பாலும், பழமும், பாகும், பசுநெய்யும் கலந்ததென இனிக்கும் பாடல்களைப் பாடி மகிழ்வேனோ? சிற்சபைக்கு நான் போய்ச்சேர அறிவென்னும் துணை உடன்வருமோ? ஆணவப் பாவி என்னைத் தடுத்திடுமோ? இச்சை எனும் இராக்கதப் பேய் இடை வழியில் பிடித்திடுமோ?' என்று வெவ்வேறு பாடல்களில் தம் ஆர்வத்தையும், ஐயத்தையும், அச்சத்தையும் ஒருங்கே வெளிப்படுத்துகின்றார்.

மேலும், 'மன்றில் நடம் கண்டு எனது மனம் பூத்து, ஒரு காய் காய்த்தது. நன்றென அது பழுத்திடுமோ? நலமிழந்து வெம்பி விழுந்திடுமோ? நன்றாய் அது பழுத்தாலும் நான் எடுக்க அகப்படுமோ? மாயைக் குரங்கு இடையே வந்து கவர்ந்து போய்விடுமோ? அக்கனி என் கைக்குக் கிடைத்தாலும் நான் உண்ணுவேனோ? என் தொண்டை விக்கிக் கொள்ளுமோ? இத்தனையில் எது நிகழும் என்று நான் அறியா நிலையில், அத்தனாகிய இறைவன் திருவுளக் கருத்தும் நான் அறிந்துகொள்ள வில்லையே!' என்று இவ்வளவும் தம் ஐயப்பாடென ஒரு பாடலில் குறிப்பிட்டு மனம் தவிக்கின்றார். (மகாகவி

பாரதியார் பக்குவமாய் இப்பாட்டைப் பயன்படுத்தி அக்கால ஆங்கில ஆட்சியில் இந்திய மக்கள் விரும்பிய நாட்டின் விடுதலையாகிய பழம் கிடைக்குமோ, கிடைக்காதோ என்று தம் பாணியில் பாடி அன்றிருந்த அவலநிலைக்கு வருந்தி தம் ஐயத்தை வெளிப்படுத்தினார் என்பதை அவர் பாடிய பாடல் தொகுப்பிலிருந்து நாம் படித்தறியலாம்.)

64. தற்போத வியப்பு

தன்னைஅறிந்து இறைவனையும் தானறிதல் தற்போதம்.
'என்னைத்தேர்ந்து இறைவன்வந்து ஈந்தனர்,அதை' எனவியப்பார்.

'அ'வ்வண்ணம் பழுத்தவரும்' எனத் தொடங்கும் இப்பதிகத்தின் ஒவ்வொரு பாடலும் 'மன்றின் நடத்தரசே' என்றழைத்து முடிவுறுமாறு வள்ளலார் பாடுகின்றார். ஒருவன் தன்னையும், கடவுளையும் அறியும் அறிவே தற்போதம் என்பதாகும். தற்போத நிலையைத் தாம் பெற்றதை நினைத்துத் தம் மனம் சுழல்வதாகக் கூறி வியப்புறுகின்றார்.

'அற்பப் புழுவினைப் போலிருந்த என்னையும் பொருட்படுத்தி, சிற்சபையில் நடம்புரியும் அரசாகிய நீ அருள்வடிவாய் வலிய வந்து என் அகத்தில் அமர்ந்து, உண்மைப் பொருளை உள்ளபடியே புரிந்து கொள்ளுமாறு உள்ளுணர்த்தி, அளித்த பெரும்பேற்றைப் பிறர் அறியா வண்ணம் இன்னும் பெறுவோம் என்று உள்ளேயே இருந்தேன். வேதங்களும், உலகினரும் கண்டிராத உன் அரிய செந்நிறத் திருவுருவை நான் முன்புரிந்த தவப்பயனால் கண்டு இன்புறுமாறு காட்டி என்னைப் பெருமையுற ஆட்கொண்டு எழில் கொஞ்சும் உன் இணையடிகளை என் தலைமேல் வைத்த உன் பெருங்கருணை இன்னும் மேல்நிலையில் என்னை ஏற்றுவிக்கும் என எண்ணி உள்ளேயே இருந்தேன்,' என்றும்,

'ஆயினும் உள்ளிருந்த என்னை வலிந்து இழுத்து வெளியே கொண்டுவந்து, தெருவில் விடுத்துப் பலரறியச் செய்ததை நான் நினைக்கும் போது மனம் அலை பாய்ந்து சுழல்வது போல் உணர்கிறேன். உலகம் அறியாமல் உள்ளிருப்போம் என்றிருந்த என்னை வெளிக் கொணரப் பண்ணியது உன் அருள் உள்ளமோ, விதி விளைவோ, மாயையின் செயலோ என்றறியாது என்மனம் மயங்கிச் சுழல்கின்றது!' என்றும் மென்மேலும் கூறி இறையருளால் தாம் பெற்ற தற்போத நிலையை எண்ணி எண்ணிப் பாடல் தோறும் வியக்கின்றார்,

65. பிரியேன் என்றல்

'பிரியேன்,ஒரு கணமும்உன்னை, பிரிந்தாலும் என்னுயிரைத் தரியேன்'என்று உறுதியாகத் தம்நிலையை விவரிக்கிறார்.

'அப்பா நான் பற்பல கால்' எனத் தொடங்கும் இந்த பதிகத்தில் வள்ளலார், தமது அச்சமும், துன்பமும் அற சுத்த சிவானந்த அருட்சோதி நடராசர் விரைந்து வந்து தம்மை ஏற்றுக்கொள்ள வேண்டுகிறார்.

'வாழையடி வாழையாக வந்த அடியார்கள் மரபில் நான் ஒருவன் அன்றோ? இந்த ஏழை படும் பாடு உனக்குச் சம்மதமோ? நான் உனக்கு மகனில்லையோ? நீ எனக்கு வாய்த்த தந்தை இல்லையோ? என் அகத்தில் அமர்ந்து துணையிருக்க உன்னை வேண்டுகிறேன். தெருவில் நான் விளையாடித் திரிந்த சிறுவயதில் என் உருவில் உனக்கிருந்த ஆசை இப்போது ஓடிப்போனதோ? கருவில் என்தாய் வயிற்றில் இருந்தபோதும் என்னைக் காத்த காவலனே! உன் காலைப் பிடித்துக் கொண்ட நான் என்பிடியை உயிர் நீங்கினாலும் விடமாட்டேன். என் பிடியை விலக்காமல் விரைந்து அருள்புரிவாயாக! உன்மேல் ஆணையிட்டுக் கூறுகிறேன், அரைக் கணமும் உன்னைப் பிரியேன். நீ அருள்புரிய வில்லையேல் உணவையும், உறக்கத்தையும் விடுவதுடன் உயிரையும் விடுவேன்' என்றும்,

'நான் என் உடல் மறந்தேன், உயிர் மறந்தேன், உலகத்தை மறந்தேன் ஆயினும் உன்னை மறந்தறியேனே! பால் மறந்த குழந்தை போல் என்னைப் பாராமல், மறவாமல் வந்து, வருந்தும் எனக்குப் பரிந்து அருள் புரிவாயாக! அன்னையினும் தயவுடைய நீ மறந்தாலும், அனைத்துலகையும் காத்திடும் உன் அருள் மறவாது என்று காத்திருக்கிறேன். படமுடியாது இன்னும் துயரம்,நான் பட்ட தெல்லாம் போதும். எனது உடல், உயிர், இன்னும் உள்ளதெல்லாம் எடுத்துக்கொண்டு, உன் உடல், உயிர் மற்றும் அனைத்தும் எனக்களித்து, வடலூறு சிற்றம்பலமாகிய வடலூரில் வந்து வாழ்வாயாக!' என்றும் மனமுருகி வேண்டி,'கண்ணுள் மணியே, குருமணியே, நவமணியே, நடன சிகாமணியே, ஞான நன்மேணியே, நடராஜ மணியே' என்றழைத்துப் பாடித் துதிக்கின்றார்.

66. திருவருட் பேறு

'உனதுளனவே கொண்டாய்என் உடல்,உயிர்,பொருள் எல்லாமும்.
இனிதுளனஇப் போதேவந்து ஈ.களனக்கு அருள்'என்கிறார்.

'படிகளெலாம் ஏற்றுவித்தீர்' எனத் தொடங்கும் இந்த பதிகத்தில் வள்ளலார், என்னைப் படிகளெலாம் ஏறவைத்துச் சிற்றம்பலப் பதியை அணுகவைத்து, கொடிகளெலாம் நிறைந்த கோயிலை அடையவைத்து, திருக்கதவைத் திறப்பித்துப் பெட்டி ஒன்றை என் கையில் கொடுத்து, அதில் பெரும் பொருள் ஒன்று எனக்கு உள்ளது என்று கூறித் திறப்பதற்கான திறவுகோலும் என் கையில் கொடுத்த திரு நடராசரே, இப்போது அதனைத் திறந்து பார்க்க முயல்கின்றேன். தாமதமின்றி வந்து எனக்கு உதவிடல் வேண்டும். உண்கலத்தில் சிவபோகத் திருவமுதம் எனக்கு உவந்தளித்து உண்க என்று சொன்ன பின்னர், என் பக்குவ நிலை யாதென்று பார்க்காதீர். அன்றே என் உள்ளத்தை உமக்கே உரிமையாக்கினேன் என்பதை அறிந்துகொண்ட நீர் என் உடல், பொருள், ஆவியெல்லாம் உம்முடையதாக்கிக் கொண்டீர். என்னை மேலும் வருந்தவிடாதீர், விரைந்து வந்தருள்வீர்' என வேண்டுகின்றார்.

மேலும், 'பொய்கொடுத்த மாயையெனும் பொல்லாத சேற்றில் நான் விழுந்துவிடாமல் எனக்குக் கைகொடுத்துக் காப்பாற்றினீர். மேலேறி வந்தநான் கீழிறங்க விழையேன். சிவகாமவல்லி அம்மை மகிழத் திருநடம் புரிபவரே, எக்காலத்திலும் அழியாத உடலினை அளிக்க வேண்டுகிறேன். ஆளை அறிந்து ஆட்கொள்ளும் அரசே, உமது வருகை நிகழும் நாளை அறிந்து கொள்ள நனவிலாவது, கனவிலாவது சொல்வீராக. பொதுவில் நடம் புரியும் நீர் எனக்குள்ளே பொருந்தி முன்பு உணர்த்தியபடியே, இன்று வெளிப்பட்டு வந்து என் இதயத்தில் எழுந்தருளி, உம் திருவுளப்படியே எனக்கு நீர் அருள இருப்பதையெல்லாம் விரைந்து வந்து இனிதே அருள்வீராக' என்றும் விரும்பி வேண்டுகின்றார்.

67. பத்தி வைராக்கியம்

இறைவனைத்தம் எதிரிற்கண்டு இன்புறஇவர் விழைந்த,பத்திச்
செறிவினைஅற் புதமாகச் சித்தரிக்கும் பதிகம்இது.

'**த**னிப்பெருந் தலைவரே' எனத் தொடங்கும் இப்பதிகத்தில் வள்ளலார்
அருட்பெருஞ்சோதியரான இறைவனின் திருவுருவை இன்றே இங்கு
கண்டு தொழுதால் அன்றி, உலகினர் இயல்பாகச் செய்யும் செயல்கள்
எதையும் தாம் செய்யப் போவதில்லை என்று இறைவனைக் கூவியழைத்து,
அவர் மீதே ஆணையிட்டுக் கூறுவதாய் ஒவ்வொரு பாடலும் முடிவுறுமாறு
பாடுகின்றார். அம்பலத்து அரசர்மேல் இவர் வைத்திருந்த அன்பின் ஆழத்தை
வெளிப்படுத்துவனவாக இப் பதிகப் பாடல்கள் அமைந்துள்ளன.

'கரும்பின் சாறும், கனியின் சுவையும் இனிப்பது போல் என்
உள்ளத்தில் கலந்து இனிக்கின்ற கடவுளே! தாமதியாமல் நீர் இங்கே
வர வேண்டுகிறேன். இல்லையேல் இவ்வுலகில் எதையும் ஏறெடுத்துப்
பாரேன். பெறுவது உம்மையன்றி வேறெதுவும் வேண்டேன். பேசுவது உம்
பேச்சன்றி வேறெதுவும் பேசேன். உம்மை நினைப்பதன்றி வேறெதையும்
நினையேன். உமது அருளன்றி வேறெதுவும் பெற்றிட விரும்பேன். அறுசுவை
உணவாயினும் மறுப்பேன். கனவிலும் உமது நேயத்தை விடேன். காசையும்,
பொருளையும் கருதேன். ஆசையில் பிறரோடு எதையும் பேசேன். அழகான
ஆடைகளை அணியேன். முன்னமே என் உடல், பொருள், ஆவி எல்லாமும்
உம்மிடம் ஒப்படைத்தேன். நீர் அவற்றை மகிழ்ச்சியாய் வாங்கிக்கொண்டு
என்னை ஆட்கொண்டீர்' என்றும்,

'முன்பொரு நாள் என் இரு கண்களும் இன்புறுமாறு வந்து உமது எழில்
உருவத்தைக் காட்டி, என்னை வருந்தற்க என்று தேற்றியதைப் போலவே,
இன்றும்நிகழ உமது வரவை ஆவலுடன் எதிர்பார்க்கிறேன்.உமது பேரருளாகிய
இனிய அமுதத்தை, உண்ணும் உணவைப் போலவே பகல் இரவின் எல்லா
வேளைகளிலும் வழங்கி என் கடும்பசியைத் தீர்க்க வேண்டுகிறேன்,'என்றும்
வள்ளலார் தம் பத்தியின் உறுதி மாறாத நிலைப்பாட்டைத் தெரிவிக்கின்றார்.

68. பிரிவாற்றாமை

ஆற்றஇய லாப்பிரிவால் அல்லலுறும் தம்நிலையை
மாற்றி,மன மகிழ்ச்சிதர மன்றிறைவர் வரவேண்டுவார்.

'தேடியது உண்டு நினது உரு' எனத் தொடங்கும் இப்பதிகத்தில் சிவநினைவு ஒன்றன்றி வேறெதையும் தாம் சிந்தையில் கொண்டதில்லை என்பதை வள்ளலார் உறுதிப்படுத்திப் பாடுகின்றார். 'ஈன்ற தாயும், தந்தையும், குருவும், மேலான மெய்ப்பொருளான நீயே என்று இருப்பதன்றி, உன் ஊன்றிய பாதம் அறிய, நான் வேறொன்றும் அறியேனே. வண்ணம் வெவ்வேறு, வடிவம் வெவ்வேறு என்றாலும் உண்மைப் பொருள் ஒன்றென நான் எண்ணியதெல்லாம் சச்சிதானந்தமே என்றும், உலகில் உள்ளது இரண்டில்லை; ஒரு சிவமயமே என்றும் உணர்ந்ததன்றி, அண்ணலே, உன் பாதம் அறிய, நான் வேறொன்றும் அறியேனே,' எனவும்,

'எம்மதத்தின் நிலையும் உன் அருள்நிலையில் இயங்குவதால், அவற்றையெல்லாம் சம்மதமென்று ஏற்பதன்றித் தனித்து வேறொன்றும் அறியேன். ஆயினும் நினைத்தவாறெல்லாம் அவற்றில் நிகழ்கின்றவை கற்பனையே என்று அவற்றை நான் தவிர்த்தேன் என்பது ஆடல்செய் பாதம் அறியாததோ? உன் உருவத்தின் உண்மையை நான் தெளிவாய் அறியத் தேடியது உண்டு. உன்னோடு அதற்காக ஊடியதும் உண்டு. ஆயினும், பிறரிடம் இதனை எடுத்துக் கூறியதில்லை என்பதை உன் ஆடிய பாதம் அறியுமே. என்னோடு கூடிய உன்னை இன்னும் பிரிந்திருக்கமாட்டேன். இதனைக் கூறவும் என் நா கூசுகின்றதே,' எனவும் இவ்வாறாக, தூக்கிய பாதனும், தூய பொற் பாதனுமான நடராசப் பெருமானைப் பிரிந்திருக்க இயலாதென மனதில் தேக்கிய ஆற்றாமையைத் தெளிவாக வெளிப்படுத்துகின்றார்.

69. சிவானந்தத்து அழுந்தல்

சிதம்பரத்துஅர சர்தந்த சிவானந்தத்து அழுந்தி,இவர்
இதம்தருவகை யில்பெற்ற இனியபேறுஅனைத் தும்சொல்வார்.

'**கா**ரண காரியக் கல்வி' எனத் தொடங்கும் இப்பதிகத்தில் வள்ளலார், சிவானந்தப் பெருமகிழ்ச்சியில் தாம் ஆழ்ந்து திளைக்குமாறு சிற்சபை அரசர் தமக்களித்த அற்புதப் பேறுகள் அனைத்தையும் நற்பதத்துச் சொற்கோவைகளால் நாவார நயம்படக் கூறி ஒவ்வொரு பாடலின் முடிவிலும் அருட்ஜோதி ஆண்டவரை அழைத்துத் தம் மகிழ்ச்சியை வெளிப்படுத்திப் பாடுகின்றார்.

'தத்துவம் எல்லாமும் என வசமாக்கி, சாகா வரமும் கொடுத்து, ஒத்து வந்து என்னுள்ளே கலந்து, உலகமெல்லாம் போற்ற என்னை உயர்த்தி, சித்தியெல்லாம் செய்ய வைத்து, சித்தும் சத்தும் வெளிப்படுமாறு சுத்த நாதாந்தத் திருவீதியில் என்னை ஆடச் செய்ததும், சத்தியமாகிய சிவசத்தியை என்னிடம் தந்து, சகலரும் என்னை வந்தனை செய்யுமாறு நித்தியன் எனும் அழிவில்லாதவனாக்கி, சுத்த சன்மார்க்க நீதியை எனக்கு எடுத்துரைத்து, சுத்த போதாந்தத் தனிவீதியில் என்னை ஆடச் செய்ததும், சிற்சபையில் திருநடம் காட்டி, தெள்ளமுதம் ஊட்டி, என் சிந்தையைத் தெளிவித்து, பொற்சபையில் என்னைப் பொருத்திப் பூரணமான மெய்ப்போகம் தந்து, தற்பரமெனும் சதானந்த நாட்டில் சத்தியனாக்கி, சுத்த சித்தாந்த அற்புத வீதியில் என்னை ஆடச் செய்ததும், இருள் மிகுந்த சாதி தத்துவச் சாத்திரக் குப்பைகளையும், மருள்மிகுந்த மத வழக்கங்களையும் எருக்குழியில் இட்டு மண்மூடிப் போட்டு, தெருள் எனும் தெளிவு மிகுந்த சுத்த சன்மார்க்க நீதி சிறந்து விளங்குமாறு சிற்சபை காட்டும் அருள் நெறியைச் சார்ந்து,எல்லா உயிர்களுக்கும் அன்பு காட்டி அருட்ஜோதி வீதியில் என்னை ஆடச் செய்ததும், சித்தம் சிவமயமாக்கி, சுத்த வேதாந்த ஆனந்த வீதியில் என்னை ஆடச் செய்ததும் அருட்பெருஞ்ஜோதியாகிய என் ஆண்டவரே' என்று சிவானந்தத்தில் அழுந்தி அடைந்த தமது இனிய, அரிய அனுபவத்தை அழகாக விவரித்துப் பாடியுள்ளார்.

70. வாதனைக்கு இரங்கல்.

இடரான வாதனைக்கண்டு இரங்கித்தமக்கு அருள்புரிந்த நடராஜர் அன்புக்கு 'நான்எதுசெய் வேன்?'என்பார்.

'படமாட்டேன் துயர் சிறிதும்' எனத் தொடங்குகின்ற இப்பதிகத்தில் வள்ளலார், தாம்படும் துன்பங்களுக்கு இரங்கி இறைவன் தமக்களித்த நலன்களையெல்லாம் பட்டியலிட்டாற்போல் தொகுத்துரைத்துப் பாடுகின்றார். 'சேய் வருந்தா முன்னமே எடுத்துச் சேர்த்தணைக்கும் தாய் போன்ற கடவுளே! மாமறைகள் வாயார வாழ்த்தும் பாட்டு உமது பாட்டே! அந்நாளில் சிற்றம்பலத்தில் உமது அருள்வேண்டி நான் அயர்ந்து அழுது நின்றபோது, முன்னாளில் நான் செய்த பெருந்தவத்தால் முகமலர்ந்து எனக்கு நீர் கூறிய அருள்மொழியை நினைந்து, அந்த நன்னாளை எதிர்பார்த்துப் பன்னாளும் களிப்புடனே சிந்தை மலர்ந்திருந்தேன். இந்நாளே அத்திருநாள் ஆதலினால் எனக்கு அருள்வீரென எளியவனாகிய நான் கேட்பதற்கு முன்னமே அருள்புரிந்த உமது அன்பு இவ்வுலகினும் பெரியதே!' என்றும்,

'தேனமுதாய் இனிக்கின்ற திருவருள் புத்தமுதோடு, வானமுதும், மெய்ஞ்ஞான மாமருந்தும் நான் உண்ண வைத்தீர். வேதாந்த நிலையும், அதன் முடிவில் விளங்கும் மெய்ந்நிலையும் காட்டுவித்து, சித்தாந்தப் போதாந்த நிலையும், பொருள்நிலையும் தெரிய வைத்து, நாதாந்தத் தனிச் செங்கோல் நான் செலுத்த அருள் கொடுத்து, பொது நடம் புரியும் உனது பொன்னடியை என் தலை மேலே வைத்து, நினைத்ததெலாம் நினைத்தபடி நிகழ்த்தும் திறன் அளித்ததுடன், மனதில் அது அனுபவமாய் மகிழ்ந்திருக்கும் வகை புரிந்த வள்ளன்மைக்கு ஈடாக, நடராஜப் பெருமானே,நான் உமக்கு எது செய்வேனே?' என்றும் உணர்ச்சிவயப்பட்டுப் பாடியுள்ளார்.

71. உளம் புகுந்த திறம் வியத்தல்

குலவிநுழைந்து இவர்உள்ளக் குடிசைக்குள் வந்து,இறைவன்
அளவிளாதுஅனைத் தும்கொடுத்த அருட்கொடையை வியக்கின்றார்.

'**வா**னிருக்கும்' எனத் தொடங்கி வளரும் இப் பதிகத்தில் வள்ளலார், வானவர்க்கு அரியவராக விளங்கும் சிதம்பரப் பரம்பொருளான சிவபெருமானே சிவந்த மலரடிகள் மேலும் சிவந்திட வந்து தமது வாழ்விடமாகிய எளிய குடிசைக்குள் குலவி நுழைந்ததாகக் குறிப்பிட்டு வியந்து பாடுகின்றார்.

'உருவமும், உருவமில்லாத அருவமும், அருவுருவமும் உடையவராய், மறைமுடிக்கும், ஆகமத்தின் மணிமுடிக்கும் மேலான முடியாக மன்னுகின்ற மெய்ஞ்ஞான மணிமேடையில் அருள்வடிவாய் அமர்ந்திருக்கும் மாதேவனாகவும் விளங்குபவரே திருவடிகள் பெயர்த்து நடந்து வந்து நானிருக்கும் குடிசையிலே வலிந்து நுழைந்து எனக்கு நல்ல திருவருள் அமுதத்தைத் கொடுத்ததன்றி, ஊன் இருக்கும் என் உள்ளத்தின் உள்ளும் நுழைந்தார்' என்றும், 'நடையறியாது நற்சபையில் நடம்புரியும் நடராசப் பெருமானே நடந்து என்னிடம் வந்து என் நலிவு அனைத்தையும் தவிர்த்து, ஞான அமுது அளித்திருந்த கொடையனைத்தும் போதாதோ என அடியேன் குடிசையிலும் மனம் கோணாது குலவி உள்நுழைந்தார்' என்றும்,

'குணமலையாகவும், குருவடிவாகவும், என் பதியாகவும் திகழ்பவர் உறவாய் என்னை முன்னம் தேடிவந்து ஒளிரும் அருட்ஜோதி தந்து, நான் நினைத்தவெல்லாம் கொடுத்தருளி, பிறவா, இறவா வரமும் பெறுக என்று நிலைபெறச் செய்ததுடன் எண்ணியதை எண்ணியவாறே இயற்றி உலகுக்கு நலம் புரியும் நற்கருத்தும், திரு அனைத்தும் வழங்கி என்னை இன்புறச் செய்தது போதாதோ என்று என் குடிசையிலும் குலவி நுழைந்தார்,' என்றும் தமது உள்ளம் புகுந்த இறைவனின் அருள் திறத்தை வியக்கின்றார்.

72. கண்கொளாக் காட்சிக் களிப்பு

'ஆனை, ஆனை'யென்றே அணிஅணியாய்த் திரண்டு வரும்
தேனைநிகர் சொற்களினால் தெய்வத்தைத் துதிக்கின்றார்.

'அடுத்தானை' என்றும், 'அறிந்தானை' என்றும் தொடங்கும் அடுத்தடுத்த இரண்டு பதிகங்களில் இடம் பெறும் பாடல்கள் அனைத்திலும் ஆண்டவனின் அலகிலாப் பெருமையைக் கூறும் பெயர்ச் சொற்களோடு 'ஐ' என்னும் இரண்டாம் வேற்றுமை உருபு சேர்ந்து ஆனை, ஆனை எனச் சொற்றொடர்கள் ஒரு நூறளவு அமைந்தனவாய் அற்புதமாய்ப் புனைந்து பாடி கடவுளின் கண்கொள்ளாக் காட்சியைக் கண்டு களிப்புறுவதாய், 'எம்மானைக் கண்டு களித்திருக்கின்றேனே' என ஒவ்வொரு பாடலையும் முடிக்கின்றார்.

'என் மனத்தில் என்றும் நீங்காது இருப்பவனை, வெளியில் எங்கும் விரிந்து பரந்து கிடப்பவனை, அணுவாகி, அவ்வணுவுக்கு உள்ளும் அணுவாக உள்ளவனை, அருட்பெருஞ்ஜோதி உருவம் கொண்டவனை, இவ்வுலகத்துத் தலைவனை, மேலுலகத்துக்கும் மேலான தலைவனை, இடர் தவிர்த்து என்னை அஞ்ச வேண்டாம் என்று ஆட்கொண்டவனை, சிறுநெறிகளில் நான் செல்லாமல் தடுத்தவனை, தன்னருளையும், தன்பொருளையும் தானே எனக்குக் கொடுத்தவனை, சமய மதக் குழியிலிருந்து என்னை எடுத்தவனை, என்னை ஈர்த்தவனை, எல்லாம் வல்ல சித்தை எனக்கு ஈந்தவனை, குற்றமெலாம் குணமாகக் கொள்ளும் குணத்தவனை, அருளொளியால் அரிய பட்டத்தை எனக்கு அளித்தவனை' என்றும்,

'தானே நானாகித் தழைத்தவனை, மெய்யறிவே உருவாய் என்னுள் புகுந்தவனை, காற்றும், வெளியும், கனலும், புனலும், ஒளியும் ஆனவனை, அம்பலத்தில் ஆடுகின்ற ஆனந்த நடத்தவனை, தாயும், தந்தையும், சற்குருவுமாக எனக்கு ஆனவனை, என்னுள் பொருந்தி நின்று என் உயிருக்கு உயிரானவனை, மருந்தும், மந்திரமும் தானே என்று ஆனவனை, பொதுவாய்

"

எங்கும் நிறைந்த பொருள் ஆனவனை, ஆன்ற பெருமைக்கு உரியவனை, அருள்மார்க்கம் துலங்க என்னை ஈன்றவனை, நான் தொடுக்கும் சொற்பூமாலை அணிந்தவனைக் கண்டு களித்திருக்கின்றேனே;' என்றும் கடவுளைப் பலவாறாக உருவகித்தும், வருணித்தும் வாயாரப் புகழ்ந்து பாடியுள்ளார்.

73. கண்டேன், கனிந்தேன், கலந்தேன் எனல்

விண்டுரைக்க அரியவராய் விளங்கும்சிவ பரம்பொருளைக் 'கண்டுகொண்டேன்' என்றுவந்த களிப்புடனே பாடுகின்றார்.

'அருளரசை' எனத் தொடங்கி அருட்பெருஞ்ஜோதியான ஆண்டவனை அரிய சொற்றொடர்களினால் அழகாகப் புகழ்ந்துரைத்து, அத்தகைய அருட்சிவனைக் 'கண்டுகொண்டேன், கலந்து கொண்டேன், களித்தே' என ஒவ்வொரு பாடலும் முடியுமாறு அமைத்துப் பெருமகிழ்ச்சியை வெளிப்படுத்தி வள்ளலார் பாடுகின்றார். 'அருளாட்சி புரியும் அம்பலத்து அரசை, அருட்குருவை, அம்மையை, அப்பனை, ஆனந்த நாட்டின் அதிபதியை, பசுபதியை, சிவபதியை, பரமபதியை, அரசைக் காட்டி என்னை மணம் புரிந்த கனகசபாபதியை' என்றும்,

'எல்லாம் செய்யவல்ல சித்த சிகாமணியை, சுத்த சிவமணியை, மாமணியை, மாணிக்க மணியை, விண்மணியை, என் கண்மணியை, ஐந்தொழிலும் புரியும் அரும்பொன்னை, எனையாளும் செழும்பொன்னை, சிதம்பரத்தில் விளங்கும் சிவமயமாம் செம்பொன்னை, மெய்ப்பொருளை, பரம்பொருளை, சுயஞ்சோதிப் பெரும்பொருளை, நின்மலனை, நித்தியனை, நிருத்தனை, என் கருத்தனை, வேதாந்த, சித்தாந்தங்கள் கண்டறியாத் தத்துவனை, சித்தர்க்கும், முத்தர்க்கும், முனிவர்க்கும், தேவர்க்கும் தன்னுருவைக் காட்டாமல் அவரவர்கள் கருத்தில் ஒளிந்திருக்கும் கள்வனை, தருணம் தெரிந்து தானே வந்து எனக்கு அருளளித்த தயாநிதியை, தனித்தலைமைத் தெய்வத்தை, கருணை அருட்பெருஞ்ஜோதிக்கடவுளை என் கண்ணால் கண்டுகொண்டேன், கனிந்துகொண்டேன், கலந்துகொண்டேன் என்றும்' அளவிலா ஆனந்தத்தில் ஆழ்ந்து பாடியுள்ளார்.

74. அச்சோப் பத்து

❖

சிற்றம்பலத்து அருட்ஜோதிச் சிவபோகத் தெள்ளமுதைப்
பெற்றதுகுறித்து 'அச்சோ'எனப் பெருமிதமாய்ப் பாடுகின்றார்.

'**க**ருத்தனை என் கண்மணியை' எனத் தொடங்கும் இப்பதிகத்தின் பாடல்கள் அனைத்திலும் 'அச்சோ' எனும் வியப்பைக் குறிக்கும் சொல்லை இறுதியாக அமைத்துத் தில்லைச் சிற்றம்பலத்து அருட்பெருஞ்ஜோதியைத் தாம் அடைந்ததாகப் பெருமிதத்துடன் சொல்லி வள்ளலார் பாடுகின்றார்.

'எப்பொருளும், எவ்வுயிரும், எவ்வுலகும் இன்புற்று விளங்குமாறு செய்கின்ற இணையில்லாச் சிவபதியை, நான் தூய்மையுறுமாறு அருளமுதத்தை அளித்துப் பிரிவின்றி என் உள்ளத்தில் கலந்த பெருந்தகையான எம்பெருமானை, என் பிழையைப் பொறுத்து என்னை ஏற்றுக்கொண்ட பெருங்கருணை இயல்பினனை, இன்பத்தின் இருப்பிடமான இறைவனை, என் இதயத்தில் என்றும் இருந்தருளும் அன்பின் வடிவினனை, என்னையும் என் பொருளையும், என் உயிரையும் தான் எடுத்துக்கொண்டு, தன்னையும், தன் பொருளையும், தன் உயிரையும் எனக்களித்த புண்ணியனை, புத்தமுதை, மெய்ப்பொருளை, எனக்கு முழுத்துணையாக இருக்கும் முதல்வனை, என் எண்ணமெல்லாம் ஈடேறச் செய்து, என் கண்ணிலும், கருத்திலும் அமர்ந்திருக்கும் என் கடவுளை, சாதி, சமயங்களிலிருந்து என்னை விடுவித்து ஞானநீதியிலே, சுத்த சிவ சன்மார்க்க நிலையிலே என்னை நிலைநிறுத்திய நிமலனை, பரம்பரனை, பராபரனை, சிற்றம்பலத்து அருட்ஜோதிச் சிவபோகத் தெள்ளமுதத் திரளை நான் பெற்றேன்,' என்று பெருமிதமும், வியப்பும் கலந்து பாடியுள்ளார்.

75. பேரானந்தப் பெருநிலை

'தழைத்தபெரும் அன்பதனால், தமக்கென்றே, உளமினிக்கப்
பழுத்தபெரும் ஆனந்தப் பழமே,பர சிவம்'என்பார்.

'அணிவளர் சிற்றம்பலம்' எனத் தொடங்கும் முதற் பாடலைத் தொடர்ந்து, திருவளர், துதிவளர், சீர்வளர், இசைவளர், அருள்வளர் எனச் சிற்றம்பலத்துக்குச் சிறப்பு சேர்க்கும் அடைமொழிகளை முதற் சொல்லாகக் கொண்டு அடுத்தடுத்த பாடல்களைப் புனைந்து ஒவ்வொரு பாடலும் 'இனித்திட எனக்கே பழுத்த பேரானந்தப் பழமே,' என முடியுமாறு இனிக்கப் பாடி வள்ளலார் இன்புறுகிறார்.

'அழகு வளரும் அம்பலத்தில் ஆடுகின்ற ஆனந்த போகமே, அமுதே, சித்தாந்தப் பெரும்பொருளே, வேதாந்தத்தின் விளைவே, உருவளர் ஒளியே, ஒளியின் உள்ளொளியே, மதிவளர் மருந்தே, மந்திர மணியே, நீர்வளர் நெருப்பே, கனல்வளர் கதிரே, பரவெளிக்கு அப்பால் ஒளிர்ந்து அரசாள்கின்ற பதியே, திசைதொழும் வளரும் அண்ட கோடிகள் அனைத்தும் திகழ்ந்திடச் செய்கின்ற சிவமே, அருள்வளர் பொன்னம்பலத்து ஓங்கும் அரும் பெரும் ஜோதியே, பொருள் வளரும் அறிவளித்து என்னைப் புறம் போக விடாது ஆட்கொண்ட மெய்ப்பொருளே, நாத வெளிக்கு மேல் வெளியில் அரசாளும் நாதனே, ஊன் வளரும் உயிரினங்களுக்கு உயிர் தர ஓங்கிய ஒளியே, நலம் வரக் கருணை நாட்டம் வைத்து என்னை நண்பனாக்கிக் கொண்ட நல்லுறவே, பணிந்து தொழும் என் உள்ளத்தில் இனித்திட எனக்கே பழுத்த பேரானந்தப் பழமே,' என்று சீர்வளரும் சிதம்பரத்துப் பெருமானைச் சிறப்பித்து அழைத்துத் தாம் பெற்ற பேரானந்தப் பெருநிலையை வெளிப்படுத்தியுள்ளார்.

76. ஆண்டருளிய அருமையை வியத்தல்

'இன்னவெலாம் எனக்கருளி எனையாண்ட இறைவன்சீர்
என்னவெலாம் யான்சொல்லி ஏத்துவதோ!' எனவியப்பார்.

'அ**ம்பலத்து ஆடும் அமுதமே' எனத் தொடங்கும் இப்பதிகத்திலும், 'கருணை மாநிதியே' எனத் தொடங்கும் அடுத்த பதிகத்திலும், தம்மை ஆண்டருளி, இன்னின்னவெல்லாம் தமக்கு இசைந்தளித்த இறைவனைக் கூவி அழைத்து, அத்தகு இறைவனின் சிறப்புகள் என்னென்னவெல்லாம் சொல்லி விவரிப்பதெனத் தம்மையே வினவிக் கொள்பவராய், கவியூற்றுப் பெருக்கத்தால் உருவான உருவகங்களால் உளமார, வாயார வாழ்த்தி வருணித்து வள்ளலார் பாடுகின்றார்.

அம்பலத்தின் அமுது என்பதோ, அன்பிலே பழுத்த அருஞ்சுவைக் கனி என்பதோ, அறிவில் ஒளிரும் ஒளி என்பதோ, அருட்பெருஞ்ஜோதி என்பதோ, அடியவனாகிய என் ஆருயிர் என்பதோ, அரும்பில் மலர்ந்து அருள்மணம் சூழ்ந்த ஆனந்த மலர் என்பதோ, இரும்பில் பழுத்து ஒளி ததும்பி இலங்கும் பசும்பொன் என்பதோ, இன்பிலே நிறைந்த சிவம் என்பதோ, இளைத்த பொழுது எனக்குக் கிடைத்த வைப்பு என்பதோ, துன்பெலாம் தவிர்த்த நேயனே என்பதோ, நம்பினால் அணைத்து நலமருளும் நற்றுணை என்பதோ, நான் பெற்ற செல்வம் என்பதோ, என் வாழ்முதல் என்பதோ, வயிரப்பெட்டி நடுவே வைத்து எனக்களித்த தங்கக் கட்டி என்பதோ, மாயை மயக்கம் நீக்கிய மருந்து என்பதோ, தாகம் எனக்கு வந்தபோது கிடைத்த சர்க்கரை அமுதம் என்பதோ, மோகம் வந்தபோது முகத்தில் புன்முறுவலோடு கை பிடித்த என் கணவன் என்பதோ, தத்துவம் அனைத்தும் தவிர்த்து நான் தனித்திருந்த தருணத்தில் ஒத்துவந்து என்னுட் கலந்து ஓங்கிய ஒருமை என்பதோ, யோக மெய்ஞ்ஞானம் பலித்து உளம் நிறைந்த காட்சி என்பதோ, ஏக மெய்ஞ்ஞானம் கிடைத்து உள்இசைந்த பேரின்பம் என்பதோ!' எனப் பாடி வியப்பை வெளிப்படுத்துகின்றார்.

77. திருநடப் புகழ்ச்சி

❖

**ஆடலரசு இவர்மனதில் ஆடும்திரு நடத்தழகைப்
பாடல்தொறும் புகழ்ந்துகூறிப் பரவசத்தில் திளைக்கின்றார்.**

'பதியே, எம் பரனே' எனத் தொடங்கும் இப்பதிகத்தில் பரம்பரனாகவும், பராபரனாகவும் விளங்குபவரும், தில்லை சிற்றம்பலத்தில் நடம் புரிபவருமான நடராசப் பெருமான் தம் உள்ளத்திலும் நடம் புரிவதாகப் பெருமிதத்துடன் வள்ளலார் பாடுகின்றார். ஒவ்வொரு பாடலின் இறுதியிலும் 'என் உளத்தே சுத்தநடம் புரிகின்ற சித்த சிகாமணியே' எனக் கூவியழைத்து, அப்பெருமானின் பெருமைகளைப் பிற வரிகளில் பெரிதும் விவரித்துப் பாடுகின்றார்.

'ஆரணங்கள் என்னும் வேதங்களின் மற்றும் ஆகமங்களின் அரும்பொருளே, ஏகமுமாய், அநேகமுமாய் இலங்கும் பரம்பொருளே, பூரணமாய்ப் புண்ணியமாய்ச் சிற்சபைப் பொதுவில் அழகுற விளங்கும் அரசே, நிருத்தமெனும் நடம்புரியும் தனித்தலைமை நிபுண மணிவிளக்கே, அடக்க நினைத்தாலும் அடங்காமல், வனக்குரங்கு போல் குதித்த என் மனக்குரங்கின் துடிப்படக்கி என்னை நெறிப்படுத்திய துரையே, உடுத்த துணியை அவிழ்த்து விரித்துக் கலக்கத்துடன் தரையில் படுத்து நான் அயர்ந்திருந்தபோது, என் அருகில் வந்து மகனே என்றழைத்துப் பயத்தை விலக்கிப் பரிவுடன் திருக்கரத்தால் அணைத்து எடுத்துப் போய் வேறிடத்தில் அமர்த்தி, ஆற்றாது தளர்ந்து கிடந்த எனக்கு ஆற்றல் கொடுத்து, அம்மையும் அப்பனுமாக அன்பு பொழிந்து ஆதரித்து என்னை ஆட்கொண்டு, என்னுள் உன் வடிவத்தைக் காட்டி அருளமுதம் அளித்ததுடன், என் உள்ளத்தில் உன்முக வடிவம் தெரிய வைத்து அனைத்தும் உணர்த்திச் சகவடிவில் தானும், நானும் ஒருவடிவாகித் தனித்தோங்க எனக்குச் சுக வடிவம் அளித்து, இவ்வுலகினரும், மேலுலகினரும் போற்றி மதித்திடுமாறு ஏற்றாத உயர்நிலை மேல் ஏற்றி வைத்து இறைத் தன்மையை எனக்களித்த இணையிலா இறையவரே,' என்று பலவாறாகத் துதித்துத் தம் உள்ளத்திலும் சுத்த நடம் புரியும் சித்த சிகாமணியைப் பாடிப் புகழ்கின்றார்.

78. பெறாப் பேறு

எவர்பெறவும் அரிதான ஏற்றமிகு பேறனைத்தும்
இவர்பெறுமாறு அளித்திட்ட இறையருளை வியக்கின்றார்.

'ஆவா என்று என்றனை ஆட்கொண்டு' எனத் தொடங்கும் இப்பதிகத்தில் வள்ளலார், பாடல் தோறும் இரண்டாம் அடியில், 'அம்மே என் அப்பா என் அய்யா என் அரசே' என்று அன்பு ததும்பக் கூவியழைத்து ஆண்டவர் தமக்களித்த அரிய பெரிய பேறுகளைத் தொகுத்துக் கூறிப் பாடுகின்றார். பிறர் எவரும் பெறாத பேற்றைத் தாம் பெற்றமை குறித்த பெருமிதத்தினை வெளிப்படுத்துகின்றார்.

'ஆதி அந்தம் இல்லாத அரும் பெரும் ஜோதியனே, ஓதி எந்த வகையாலும் உணர்தற்கு அரியவனாய் இயற்கையாய் அமைந்த ஒப்பற்றவனே, ஊதியம் எனும் பேறுகள் தந்து என்னை ஆட்கொண்டு என் உள்ளும் புறமும் நீங்காது நிறைந்திருப்பவனே, இடுக்கி நெருக்கி அணைத்துக் கொள்ளும் கைக்குழந்தை போலிருந்த இச் சிறியவனை நடுக்கிய அச்சத்தைப் போக்கி, ஞான அமுது அளித்ததன்றி, ஏட்டில் எழுதாத வேதமெல்லாம் என் உள்ளத்தில் எழுதுவித்து, உணர்வதற்கு அரிதான மறைபொருளை எனக்கு ஊட்டிவிட்டாய். சாவா வரமும், மடியாத வடிவமும் எனக்களித்து, துன்புறும் உலகினர் எல்லாம் சுகமுடையவர் ஆகுமாறு, துன்மார்க்கத்தை முற்றும் தவிர்த்துச் சன்மார்க்கம் உருவாக்கி, இன்பம் பெறுபவராய் அவர்களை இனிதே வாழ்விக்க, என் உள்ளத்தே இடைவிடாது ஊற்றெழும் பேரன்பாகி, என்னிடம் நீ இருக்கின்றாய்; உன்னிடம் நான் இருக்கின்றேன். பெறற்கரிய இவ்வொருமைப்பேற்றினை வேறு எவர் பெற இயலும்?' எனப் பெருமைப்படுகின்றார்.

மேலும்,'கார் எனும் மழையாலும், கனல் எனும் நெருப்பாலும், காற்றாலும், கடலாலும், பார்என்னும் கடினமான நிலத்தாலும், படையென்னும் ஆயுதத்தாலும், மற்றவற்றாலும் தடுக்கப்படாத தனித்த வடிவத்தை எனக்களித்த தயாநிதியே,' எனவும் போற்றி, வேறெவரும் பெறாத பேற்றைப் பெற்றதாகப் பெரு மகிழ்ச்சியுடன் பாடுகின்றார்.

79. பொதுநடம் புரிகின்ற பொருள்

❖

**புகழ்கின்றார், பொதுவில்நடம் புரியும்பொரு ளைவிளித்து,
மகிழ்கின்றார், தமக்களித்த மாணுறுமேல் நிலைகுறித்து.**

'அருட்பெருஞ்ஜோதி அமுதமே' எனத் தொடங்கி இருபது பாடல்களைப் பாடும் வள்ளலார், ஒவ்வொரு பாடலிலும் 'பொதுநடம் புரிகின்ற பொருளே' எனப் பொன்னம்பலத்தில் ஆடும் கடவுளைப் புகழ்ந்து பாடித் தொழுகின்றார். புண்ணிய நிதியே என்றும், தண்ணிய மதியே என்றும், ஒண்ணிய ஒளியே என்றும், எண்ணியபடியே தமக்கருளும் இன்பமே என்றும், நித்திய நிர்க்குண நிறைவே என்றும், சத்திய பதியே என்றும், சித்தியின் கருவே என்றும், புத்தியின் தெளிவே என்றும், சிற்பரஞ்சுடரே என்றும், தற்பர ஞானச் செல்வமே என்றும், கலைவளர் கலையே என்றும், மலைவளர் மருந்தே என்றும், அலைகள் இலாது அமுதளிக்கும் அருட்பெருங் கடலே என்றும் ஆண்டவரை அழகாக உருவகப்படுத்திப் பாடுகின்றார்.

மேலும், 'அமுதம் அளித்து என்னை வளர்த்திட, அருளாகிய தாயின் கையிலே கொடுத்த அற்புத தெய்வமே, இருள் நிலத்தைக் கடக்கச் செய்து, என்னை மேலேற்றிய இறைவனே, பொருள் பொதிந்த நெறியைக் காட்டிய புனித சற்குருவே, மேல்நிலைக்கு என்னை உயர்வித்து மெய்ந்நிலையில் அமர்வித்த மேலவனே, அறிவில் அருளொளியாகி ஆனந்தம் அளிக்கும் அனுபவமே, மேல்வெளி காட்டி, மெய்வேத நூல் வழி காட்டி, என்னுள் விளங்கும் நோக்கமே, ஆக்கமும், திறமும் அளித்து என்னை வளர்க்கும் அன்னையே, வன்மை மனங்கொண்டவர் மனத்தை மாற்றி நன்மை செய்யும் மனமாக விளங்குவிக்கும் தன்மை கொண்ட தலைவனே, அடியேன் நலம் பெறும் பொருட்டு, அருள் வடிவம் எடுத்து இவ்வுலகுக்கு எழுந்தருளி வந்து, பெறற்கரும் பேறுகளையெல்லாம் அளித்துச் சுத்த சன்மார்க்கம் சிறக்க வரம் தந்த வள்ளலே' என்று பலவாறாகத் துதித்துப் பாடுகின்றார்.

80. திருவருட் பெருமை

'வருக'என இவர்அழைக்க, வரதர்வந்து, 'இருளகற்றப்
பெறுகஅருட் ஜோதி'யெனப் பேறுதந்த சிறப்புரைப்பார்.

'அன்பனே அப்பா' எனத் தொடங்கும் இப் பதிகத்தில் வள்ளலார் கருணையே வடிவமான கடவுளை விரைந்து வருக என்றும், வந்து அருள்புரிக என்றும் வேண்டியதாகவும், வள்ளலும், வல்லவருமாகிய இறைவன் அங்ஙனமே வந்து அருட்ஜோதியைத் தமக்கு வழங்கி அருள் புரிந்ததாகவும் குறிப்பிட்டு 'வாழிநின் மாண்பே' எனப் பாடல்தோறும் வாழ்த்திப் பாடுகின்றார்.

'என் அன்பனும், அப்பனும், அன்னையும், துன்பெலாம் தொலைத்த துணைவனும், இன்பனும், அம்பலத்தாடும் அரசுவுமான அருட்-பெருஞ்ஜோதியை வா என்று அழைத்தேன். கோ என்றும், குரு என்றும், ஒளிர்சிவக் கொழுந்து என்றும், தேவதேவு என்றும், ஒருமைச் சிவமென விளங்கும் பதியே என்றும் விளித்து, வா என்று அழைத்தேன். நல்ல அவாவினை எனக்களித்த நல்லவனே, என்னை நயந்தவனே, எல்லாம் வல்லவனே, என்னை ஆண்டவனே, நடம் புரியும் தாண்டவனே, வா என்று அழைத்தேன். தூய்மை துலங்கவைத்துத் துணையாக நின்று, சுத்த சன்மார்க்க வாய்மை விளங்குமாறு செய்ய, வா என்று அழைத்தேன். என் அவா அனைத்தும் நிறைவேறச் செய்து, அம்பலத்தில் ஆனந்த நடமிடும் மன்னவா, வா என்று அழைத்தேன்.

'விரதம் போன்றவற்றை வேண்டாமென்று விலக்கி, மெய்ஞ்ஞான விளக்கினால் என் உள்ளத்தை விளக்கி, இரதம் எனும் இனிமையான அருளமுதம் அளித்து, என் கருத்தறிந்து சித்தெலாம் வல்ல சத்தியை உன் தயையால் தந்தருள வா என்று அழைத்தேன். பெருகும் மா கருணைப் பெருமானே, உருகும் என் உள்ளத்தின் உண்மையை உணர்ந்து, கருகும் என் நெஞ்சத்தைத் தளிர்க்கச் செய்ய விரைந்து வருக என வேண்டினேன். அவ்வாறே என் வேண்டுகோளை நிறைவேற்ற வருகை புரிந்து, எனக்கு அருட்ஜோதியை வழங்கிய இறைவனின் மாண்பு வாழ்க!' என்று வாழ்த்துகிறார்.

81. ஆரமுதப் பேறு

அருளார்அமு தம்தந்த அம்பலப்பொற் சபைஅரசைப்
பொருளார்ந்த சொற்களினால் போற்றிப்புகழ் பாடுகின்றார்.

'**வி**ரைசேர் பொன்மலரே' எனத் தொடங்கும் முதற் பாடல் மற்றும் அடுத்து வரும் 12 பாடல்களில் அண்ணா என்றும், அப்பா என்றும், அய்யா என்றும், அத்தா என்றும், அருளே என்றும், அன்பே என்றும், அம்பலத்தில் ஆடும் அரசை அழைத்துத் 'தந்தனையே அருளார் அமுதம் தனையே' என்று இறுதி வரிகளில் கூறி வள்ளலார் இன்புற்றுப் பாடுகிறார்.

'தேனாய், தீம்பழமாய், சுவைசேர்ந்த கரும்பாய், அமுதமுமாய் அன்பருள்ளே இனிக்கின்ற தனிப்பொருளே, வானாகவும், வளியாகவும், அனலாகவும், புனலாகவும், புவியாகவும், தன்னிகர் இல்லாமல் விளங்கும் பொன்னம்பலத்து அரசே, விண்ணிறைந்த செஞ்சுடர் பொருந்திய உள்ளொளியே, தண்நிறைந்த வெண்மதியே, மணம் வீசும் மாமலரே, முக்கனிச் சுவையின் பயனே, மெய்யடியார் உள்ளத்தில் மேவிய மெய்ப்பொருளே, முத்தா, முத்தர் உள்ளே ஒளிர்கின்ற முழுமுதலே, முன்னவனே, சித்தா, சித்தியெலாம் தரவல்ல செழுஞ்சுடரே, பித்தேறிய என்னை முன்பே வலிந்து ஆட்கொண்ட பெருந்தகையே, இன்பே, என்னுயிரே, எனை ஈன்ற இறைவனே, பவனே, பவமெனும் பிறவி நோயைத் தீர்க்கும் பரஞ்சுடரே, சிவனே, செம்பொருளே, சிவகாமக் கொடி உடையவனே, தவநேயம் பெறுவாரைத் தாங்கும் தயாநிதியே, பொன் பேரம்பலவா, சிவபோகம் திகழும் சிற்சபையில் வாழும் என் அன்பே, எனக்கு ஆரமுதம் தந்தனையே' என ஆனந்தக் களிப்பு மேலிடப் பாடுகின்றார்.

82. இறை இன்பக் குழைவு

விழைந்து, முனம் கேட்டதெலாம் விரைந்தளித்த இறையருளைக் குழைந்தமனம் கொண்டவராய்க் கொண்டாடிஇன் புறுகின்றார்.

'**க**ருணை ததும்பி' எனத் தொடங்கும் இப்பதிகத்தின் பாடல்கள் மிக நீண்ட அடிகளைக் கொண்ட விருத்தங்களாய் வருமாறு வள்ளலார் பாடுகின்றார். தாம் பெற்ற இறை அனுபவத்தின் விளைவாக உண்டான இன்பத்தில் அகங்குழைந்து, 'சிறியவனாகிய எனக்கு உண்மை அறிவினை உணர்த்தி, என்னை உயர்த்தி, என் பாடலுக்குப் பரிசினை விரைந்து அளித்த அரசே, அருட் ஜோதி அப்பா, உன் அருள் வாழ்க' எனத் துதிக்கின்றார்.

'கருவில் கலந்து என் உறுதுணையாய், கனிவில் கலந்த திருஅமுதமாய், கண்ணில் கலந்து ஒளிமயமாய், கருத்தில் கலந்த களிப்பாய், உருவில் கலந்த அழகாய், உணர்வில் கலந்த சுகமாய், உயிரில் கலந்து உறவானாய்! ஊற்றை உடம்புடன் உண்டு, உடுத்து, உறங்கி விழித்துக் கதை பேசி வீண் பொழுது போக்கிக் கொண்டு நேற்று வரை நல்வழி தெரியாமல் எருதைப் போல் திரிந்து கிடந்த என்னை எவ்வுலகமும் தொழுமாறு ஏற்றிவைத்து, நான் கருத்தில் கொண்ட எல்லாவற்றையும் ஒரு கணத்தில் செய்யக் காட்சி ஞானக்கண் கொடுத்தாய். ஏதும் அறியாமல் இருந்த என்னை எவரும் அறிந்து அதிசயிக்குமாறு, ஓதும் பொருளை அளித்து இன்பம் ஓங்கும் நிலையில் ஒளிரச் செய்தாய்.

'தானே வந்து தனித்த ஞானம் பெருகவைத்து, நானே நீயெனும் ஒருமை நம்மிடையே வருமாறு என்னை உயர்த்தி, ஊனமிலா ஒளிபெற்று எல்லா உலகமும் என் உடைமையாகக் கொண்டு அருள்நிலை மேலுறுமாறு, சாவா வரமும், சித்தியும் தந்து சன்மார்க்கம் தழைக்க வைத்தாய். வினையும், மாயையும், இருளும் விலகுமாறு அரிய உனது திருவருள் அமுதளித்து, அழியாத் திருவுருவம் அடையச் செய்து, பெரிய அருட்ஜோதிப் பேற்றினை நான் உரிமைப் பேறாகப் பெறவைத்த இவையெல்லாம் உன் திருவருட் செயல்களே!' எனத் தாம் பெற்ற இறை இன்பத்தை நினைந்து, மனம் குழைந்து பாடியுள்ளார்.

83. உலப்பில் இன்பம்

சிற்றம்பலத்து அரசுக்குஇவர் செய்ளனும்பேர் பெற்றதனால்,
முற்றும்இன்பப் பரவசத்தில் மூழ்கிஇங்கு பாடுகின்றார்.

'**க**ருணாநிதியே', எனத் தொடங்கும் இப்பதிகத்தை வள்ளலார், இறைவனின் திருவருளைத் தாம்பெற்றதால் உலப்பில் இன்பம் அதாவது குறைதலோ, வற்றுதலோ இல்லாத பெரியதொரு மகிழ்ச்சியை உற்றதாக விவரித்துப் பாடுகின்றார்.

'கருணாநிதியே', என் கண்ணிரண்டில் நிறைந்தவனே, பொருள் நாடிய சிற்றம்பலப் பொற்சபையில் ஒளிரும் புண்ணியனே, என் சிந்தையில் அமர்ந்த தேவதேவே, எல்லாம் செய்ய வல்லவனே, ஈன்ற தாயினும் நல்லவனே, கொல்லா நெறி காட்டி என்னைக் குறிப்பில் கொண்டவனே, பரமெனும் மேலான சிதம்பர ஞான சபாபதியே, வரமானவையெல்லாம் எனக்கு ஈந்த வள்ளலே, நான் செய்த பிழை யாவும் நன்மையென நயந்தவனே, ஊழால் வரும் ஊறுகள் எல்லாம் தவிர்த்து, என்னைத் தாழாது தாங்கிய தலைவனே, பாடான துன்பங்களைத் தீர்த்து, உனது பாதங்கள் என்னும் வாடாமலரை என் முடி மீதில் சூட்டியவனே, என்னைத் தந்த தயாநிதியாகிய தாயே, தந்தையே, காயே கனியென்று கருதும் கருத்துடையவனே, உன் சேயே நான் எனும் பேரைச் சிறப்புற வைத்ததொடு சாகாத வரமும் எனக்குத் தந்ததனால் நான் உன்மேல் மாகாதல் கொண்டவனாய் வாழ்கிறேன். வாழி உன் பொற்பாதங்கள்!' என்று வாழ்த்திக் குறைவிலா இன்பத்தைக் கொண்டாடிப் பாடியுள்ளார்.

84. செய்பணி வினவல்

தொகையாய்ப்பல நூறுபாடல் தொடுத்திருந்தும், அடக்கமுடன்
'வகையாய்உனைப் பாடித்தொழும் வண்ணம்உரை' எனவேண்டுவார்.
அய்யன்திரு அம்பலவர்க்கு அடியவராய்த் தாம்இருந்து
செய்யும்பணி இன்னதெனச் செப்புகள ன்றும் கேட்பார்.

'அருளே பழுத்த' எனத் தொடங்கும் இப்பதிகத்தில் வள்ளலார்,
'சிற்றம்பலத்து அரசே, உன் செல்வப் பிள்ளையாக என்னை ஆக்கிக்
கொண்டதனால் உன்னிடம் வளர்கின்ற நான் உன்னைப் பாடிப் புகழ்ந்து,
ஆடி மகிழும் வகையினை நானறிய எனக்குச் சொல்வாயாக,' எனக்
கேட்பதாக ஒவ்வொரு பாடலிலும் குறிப்பிட்டுப் பாடி தமது அடக்கத்தையும்,
உரிமையையும் அழகாக வெளிப்படுத்துகின்றார்.

'ஊன் எனும் என் உடல் புகுந்து, உள்ளம் கனிவித்து, உயிரிற்
கலந்து ஒன்றாகித் தேன் எனத் தித்திக்கும் அம்பலவா, என்னை உனது
செல்வப் பிள்ளையாக்கிக் கொண்டாய். நான் மிக மகிழ்ந்து உன்னிடம்
வளர்கின்றேன். அருள்பழுத்த சிவதரு எனும் மரத்தில் அன்பு கனிந்து
உண்டான பழம் தந்து, தெருள்எனும் தெளிவித்து, அம்பலவா, என்னை உன்
செல்வப் பிள்ளையாக்கிக் கொண்டாய். மருள் எனும் மயக்கம் தீர்ந்து நான்
உன்னிடம் வளர்கின்றேன். அவம் எனும் அடாத செயல் புரிந்த என்னை
மீட்டு அமுதம் புகட்டி, சிவமே, என்னை உன் செல்வப் பிள்ளையாக்கிக்
கொண்டாய். பவம் எனும் பிறவியைத் தொலைத்து, பதியே, உன்னிடம் நான்
வளர்கின்றேன்.

'பற்பலவாய் வரும் இடர்களையெயெல்லாம் தவிர்த்து, பரமானந்த
நல்வாழ்வளித்து, என்னை உன் செல்வப் பிள்ளையாக்கிக் கொண்டாய்.
பெருவாழ்வைப் பெருங்களிப்பால் பெற்றவனாகிப் பெருமான்
உன்னிடம் நான் வளர்கின்றேன். ஆரா அமுதம் அளித்தருளி, அன்பால்
என்னை இன்பநிலைக்கு ஏற்றுவித்து, சீராரும் அம்பலவா, என்னை

உன் செல்வப் பிள்ளையாக்கிக் கொண்டாய். சிற்றம்பலவா, ஒளி வடிவம் பெற்றோங்கி உவகையுடன் உன்னிடம் வளர்கின்ற நான் உன் புகழைப் பாடியாடும் வகையினை எனக்குச் சொல்வாயாக. இவ்வுலகில் நான் புரிய வேண்டிய பணி யாதென்றும் கூறுவாயாக' என்று வேண்டுகின்றார்.

85. மெய்யின்பப் பேறு

ஆண்டவன்பால் தம்உடல், பொருள், ஆவியையிவர் ஒப்படைத்து
வேண்டுவதைப் பெற்றதனால் விளைந்ததுமெய் யின்பம்என்பார்.

'**ச**த்தியம், சத்தியம்' எனத் தொடங்கும் இப்பதிகத்தில் வள்ளலார், தம் உடல், பொருள், ஆவியை உவப்புடன் அருட்பெருஞ்ஜோதித் தந்தையரிடம் ஒப்படைத்து விட்டாய் ஒவ்வொரு பாடலிலும் உறுதிபடக் கூறி, இனி தமக்குச் சுதந்தரம் இல்லை என்றும், இறைவன் விருப்பப்படியே தாம் இயங்குவது தமக்கு உடன்பாடே என்றும் குறிப்பிட்டு 'என்னைப் பள்ளி எழுப்பி மெய்யின்பம் தந்தீரே' எனப் பாடல் ஒவ்வொன்றையும் முடித்து முழு மனநிறைவினை வெளிப்படுத்துகின்றார்.

'ஆணை, உம் ஆணை, என் அருட்ஜோதி ஆண்டவரே, அம்பலத்து அரசரே, ஏணையினின்று எடுத்த கைப்பிள்ளை நான் அன்றோ! கோணையான என் உடலையும், பொருளையும், உயிரையும் உமக்கே கொடுத்துவிட்டேன். ஆதலால் நாணை விட்டுச் சொல்கின்றேன், நாயகரே, உம்மை நான் விடமாட்டேன். மனதில் ஒன்றும், வெளியில் ஒன்றுமாய் நினைத்து, வாய் மட்டும் சொல்வதன்று இது. மனம் ஒத்துச் சொல்கின்ற வாய்மையாகும். தாய் மட்டுமன்றி என் தந்தையும், குருவும், சாமியும் ஆகிய தனிப்பெருந் தகையவரே! கருணைப் பெருக்கில் கலந்து எனதுள்ளே கனவிலும், நனவிலும் களிப்பைக் கொடுக்கின்றீர். சிந்தை தெளிவித்து என்னுள்ளே திருநடம் செய்கின்றீர். என் கருத்தெல்லாம் நீர் அறிவீர். எனக்கென்று இச்சை தனியே ஏதுமில்லை. சன்மார்க்க சங்கத்துச் சாதுக்கள் காணச் சத்தியமாய்ச் சொல்கின்றேன். என் மார்க்கம் இன்னதென்று நீர் நினைத்து என்னை என்ன செய்தாலும், செய்து கொள்வீராக. அதனை நான் அப்படியே ஏற்றுக் கொள்வேன். என்னைப் பள்ளி எழுப்பி மெய்யின்பம் தந்தீரே,' என இறைவன் அளித்த பேற்றை எண்ணிப் பாடி மகிழ்கின்றார்.

86. சிவபுண்ணியப் பேறு

சிவம்கனிந்து இவர்க்குஅளித்த செல்வமகன் எனும்பட்டம்
தவம்பலித்த புண்ணியத்தால் தாம்அடைந்த பேறுளென்பார்.

'**மா**லிலே மயங்கி' எனத் தொடங்கும் இப்பதிகத்தில் வள்ளலார், சிற்றம்பலத்துச் சிவபெருமானைச் சிந்தித்தும், வந்தித்தும் தாம் பெற்ற சிவபுண்ணியத்தால் கிடைத்த பேறுகளைக் கூறி 'எனக்கு இது போதும்; பண்ணிய தவம் பலித்ததுவே' என ஒவ்வொரு பாட்டிலும் மனநிறைவை மனதார வெளிப்படுத்தி மகிழ்ச்சியுறுகின்றார்.

'மாலிலே அதாவது ஆசையினாலே மயங்கி மக்களெல்லாம் இந்த மண்ணுலகின் நிலையில்லாத வாழ்க்கையில் பொழுதெல்லாம் வீணாய்ப் போக்குகின்றனர். மன்றில் நடம்புரியும் மாதேவா, நான் உன் காலிலே ஆசை வைத்தேன். அதனால் கனவிலும் நனவிலும் என்னை உன்னிடத்தில் வைத்தாய். மதத்தின் மாய இருட்டில் மக்களெல்லாம் சிக்கிக் கிடக்கிறார்கள். நான் உனது பூப்போன்ற பதத்தில் மனதை வைத்தேன். பரிந்து என்னை நீ பக்குவ முதிர்ச்சியான பதத்தில் வைத்தாய். குலத்திலும் சமயக் குழியிலும் குமைந்து மக்களெல்லாம் மயங்கி நிற்கின்றார்கள். நான் உன் வசத்தில் நிற்கிறேன். மகிழ்ந்து நீ என் மனமெனும் அம்பலத்தில் நீங்காதிருந்து ஆடவும், எல்லாம் வல்ல சித்தியைப் பெற்று நான் உன்னைப் பாடவும் பேறு பெற்றேன்' என்றும்,

'பூவுலகம் புண்ணிய உலகமாய்ப் பொலிவுறவும், துன்பமில்லாத சுத்த சன்மார்க்கம் துலங்கவும் நான் உன் திருவருட் ஜோதியைப் பரிசாகப் பெற்றேன். வேதம் விளங்கவும், மெய்ம்மை ஓங்கவும், வானம் முழங்கவும், வையகம் உய்யவும், நாதம் தொனிக்கவும் ஞான வடிவாய் நன்மணி மன்றில் நடம் புரியும் உன் பாதத்தை நான் பிடித்தேன். கட்டமெனும் சிரமம் அகன்றது.

கவலை ஒழிந்தது. பிறவிச் சட்டமெனும் சாவையும், நோவையும் தவிர்த்துச் சிட்டமெனும் பெருமையை நான் அடைந்தேன். உன் செல்வ மகன் என்னும் பட்டமும் நான் பெற்றேன். இவையே எனக்குப் போதும். நான் பண்ணிய தவம் பலித்தது, பலித்தது' என்றும் சிவபுண்ணியப் பேற்றில் திளைத்தவராய்ச் சிந்தை குளிரப் பாடுகின்றார்.

87. அருட்ஜோதிக் காட்சி

தேவுஅருட் ஜோதியரின் சீர்உரைத்த போதெல்லாம்
நாவுடன்மன மும், உயிரும் நயந்துதித்தித் தனஎன்பார்.

'அருட்பெருஞ்சோதி' எனத் தொடங்கி, அந்தாதி அமைப்பில் வருமாறு 13 பாடல்களைப் புனைந்து இறுதியில் 'அருட்பெருஞ்ஜோதியனே' என்றழைத்து, அம்பலத்தில் ஆடும் அரசின் அருட்ஜோதிக் காட்சியில் அகம்பதித்து ஆனந்தமுற்றவராய் வள்ளலார் பாடுகின்றார். ஆருயிரிற் கலந்து, அன்பிற் கலந்து, அறிவாய் விளங்கி, அமுதமாய் அவருள் நிறைந்திருக்கின்ற அருட்பெருஞ்ஜோதியிடம் அவர் கொண்ட ஆசை வளர்கிறது என்றும், அவர் சார்கின்ற சிற்றம்பலத்தின் சிறப்பைக் கூறும் போதெல்லாம் நாவுடன் சேர்கின்ற உள்ளமும், உயிரும் இனிக்கின்ற சுவையை என்னவென்று சொல்வதென்றும் வியக்கின்றார்.

மேலும், 'சிற்றம்பலத்து அருட்ஜோதியைக் கண்டு களித்தேன். சிவானந்தக் கூத்தாடினேன். தொண்டு செய்து சுக அமுதம் உண்டேன். மனம் மிக மகிழ்ந்தேன். மாயையை விட்டகன்றேன். எல்லாம் வல்ல சித்து பெற்றேன். சுத்த சன்மார்க்கப் பெருநெறி எய்தப் பெற்றேன். நிதியே, என் மனநிறைவே, சிவபதியே, மதியே, அமுத மழையே, உறவே, என் உயிரே, உயிரிற் கலந்த நறவே, ஒருபோதும் நான் உன்னை மறவேன். மறப்பின் அன்றே இறப்பேன். என்னை ஆட்கொண்டு, பிறப்பைத் தவிர்த்து, நவநேயமும், சிவநேயமும், சுத்த சன்மார்க்க நேயமும் தந்து, உள்ளம் தெளிவித்து, நினைத்தவையெல்லாம் நினைத்தவாறே நிகழச் செய்து, என் மனதில் தன்னியலாய்க் கலந்து தயை புரிந்தனையே, உன் அருள் வாழ்க' எனப் போற்றிப் பாடுகின்றார்.

88. அடிமைப் பேறு

அம்பலத்தான் அவனேவந்து ஆட்கொண்டு,எல் லாம்வல்ல
செம்பலத்தைத் தம்உளத்தே சேர்த்தான்என மகிழ்கின்றார்.

'அருளித்தான்' எனத் தொடங்கி அந்தாதி அமைப்பிலும், வெண்பா வடிவத்திலும் உள்ள 10 பாடல்களிலும் வள்ளலார், அம்பலத்து அரசர்க்கும் தமக்கும் இடையே உள்ள அன்புப் பிணைப்பினை அழகாக வெளிப்படுத்துகின்றார். 'தந்தையென விளங்கும் சிற்றம்பலத்து சிவன் என் சிந்தை வியக்குமாறு தானே வந்து எந்த சோதனையும் வைக்காமல் என்னை ஆட்கொண்டு, அருளளித்து, அன்பளித்து, உண்மை விளங்கப் பொருளளித்து என்னுள்ளே கலந்தான். என் ஆசை அப்பனாகிய அவனைப்போல் எனக்கு வேறெவரும் இலர்' என்று ஆழ்ந்த பற்றை வெளிப்படுத்துகின்றார்.

'ஆரணமும், ஆகமமும் ஆங்காங்கு உணர்த்துகின்ற காரணமும், காரியமும் எனக்குக் காட்டுவித்தான். என் சிரத்தின் மீது தன் திருவடிகளைச் சேர்த்தான். திருவருள் நோக்கோடு என்னைப் பார்த்தான். என் துன்பமெலாம் தீர்த்தான். இசைந்து வந்து மனதில் நிறைந்து நின்று என் பாட்டை நயந்தான். அசைந்தாடும் மாய மனதை அடக்கி வைத்தான். எல்லாம் வல்ல தானானவன், நானானான். நானும் அவனானேன். என் நாயகன் அவனானான். சிவம் ஒன்றே என்றெனக்குப் புரிய வைத்தான். சித்தெலாம் அறிய வைத்தான்' என்று இவ்வாறாக அம்பலத்து இறைவன் அருள்புரிந்ததால் எல்லாம் வல்ல செம்பலத்தை அதாவது இனிய பலத்தை அவன் அளிக்கப் பெற்றது தம் தவப்பயனே எனப் பெருமித மகிழ்ச்சி கொள்கின்றார்.

89. உத்தர ஞான சிதம்பர மான்மியம்

◆•❖•◆

பேர்திகழ்ந்து உலகுபோற்றப் பெரும்புகழ்பெற்று ஓங்கிநின்ற சீர்திகழ்உத் தரஞான சிதம்பரத்தின் சிறப்புரைப்பார்.

'அருளோங்குகின்றது' எனத் தொடங்கிப் பொருளோங்கும் சொற்களினால் புகழ்ந்து, உத்தர ஞான சிதம்பரமாகத் தாம் உருவாக்கிய மாண்புமிகு வடலூரின் மான்மியத்தை அதாவது மகிமையை, பெருமையை, உலகினர் அறிய எடுத்துக் கூறும் வகையில் வள்ளலார் இப்பதிகத்தைத் தொடுத்துப் பாடுகின்றார். ஒவ்வொரு பாடலின் இறுதியிலும் 'உத்தர ஞான சிதம்பரமே' என ஒப்பிலாது திகழும் திருத்தலத்தின் பெயரைக் குறிப்பிடுகின்றார்.

'அருளோங்கித் திகழ்வதும், அருட்பெருஞ்ஜோதியை அடைந்ததும், மருளெனும் மயக்கம் வராமல் தவிர்ப்பதும், நல்ல வரம் எனக்களித்து அருட் பூமியில் என்னை வாழச் செய்ததும், இணையென்றே ஏதுமில்லாது ஏற்றம் பெற்றதும், எனக்கு உற்ற துணையென்று நிற்பதும், சுத்த சன்மார்க்கத்தில் தோய்ந்த என்னை அணையென்று அணைத்துக் கொண்டதும், உலகமெலாம் தொழுமாறு திலகமென உருவானதும், எனக்கு உண்மையும், உரிய விளக்கமும் தந்து சிறப்புறுமாறு எல்லாம் கொடுத்து, உயிர்களை இனிதே காத்தருள் என்றதும், பவமெனும் பிறவியைத் தவிர்த்துச் சாகா வரம் பயப்பதும், தான் தனக்கே உவமேயமான ஒளி ஓங்கி நிற்பதும், ஒளிரும் சுத்த சிவம் நிறைகின்றதும் உத்தர ஞான சிதம்பரமே' எனப் போற்றுகின்றார்.

மேலும், 'எல்லா வகையிலும் மேம்பட்டதும், எனக்கு அருளாட்சியை ஈந்ததும், ஒத்தாரையும், இழிந்தாரையும் நேரிற் கண்டு உவக்குமாறு ஒருமித்தாரை வாழ்விப்பதும், செத்தாரை மீட்பதும், செல்வம் தந்து என்னை ஆட்கொண்டதும், எல்லாம் வல்ல சித்தாடல் செய்வதும், கொல்லா நெறியில் நிற்பதும், கோபமும் காமமும் இல்லாத நெஞ்சிலும், கோணாத நெஞ்சிலும்

குலாவி மகிழ்வதும், சுத்த சன்மார்க்கத்தை துணிந்து உலகமெலாம் உவக்க அளித்ததும், நல்லோர் எல்லாரும் கூடி நல் வந்தனை செய்ய நாடும் நற்பேறானதும் உத்தர ஞான சிதம்பரமே' என்று சிறப்பனைத்தும் கூறிச் சிந்தை இனிக்கப் பாடி, சீரொளிர் உத்தர ஞான சிதம்பரத்தின் (வடலூரின்) மான்மியத்தைப் பாருளோர் அறியச் செய்கின்றார்.

90. திருவருட் பேறு

**'தூக்கம்தவிர்' என்றெழுப்பித் தூக்கிஎடுத்து உயர்வளித்து
ஆக்கம்பெற வைத்தசிவன் அருளைநினைந்து உளமகிழ்வார்.**

'ஸ்ரீ இலங்கு' எனத் தொடங்கி, சிறந்த வெண்பா வடிவத்தில் அமைந்த 10 பாடல்களில் வள்ளலார், இரவு நேரத்தில் இறைவன் இவர் படுத்துறங்கும் இடம் வந்து இவருக்கு அளித்த திருவருட் பேற்றை இனிதே நினைந்துப் போற்றிப் பாடுகின்றார்.

'ஓர் இரவு நேரத்தில், உணவேதும் உண்ணாமல், பயத்தோடும், மனத் துயரோடும் நான் படுத்து அயர்ந்து கிடந்த போது, நான் படுத்த பாயருகில் வந்து நகைத்து, என்னை விரும்பித் தூக்கி எடுத்து அன்போடு அணைத்து, இனிய தேனமுதம் நான் அருந்தக் கொடுத்து, என் துன்பமெலாம் தீர்த்து, ஊன் பிடித்த என் உடம்பு ஒளிபெற்று விளங்குமாறு மேலிடத்தே என்னைப் பதித்து வைத்துப் பாக்கியவனாக்கி, உன் காலிடத்தே களிப்புடனே நான் வாழுமாறு செய்த கனகசபை நடராசப் பெருமானே, உன் திருவருட் பேற்றை நான் என்னவென்று சொல்வேன்! இதற்கென நான் முன்னமே தவமோ, புண்ணியமோ புரிந்திருந்தேனோ? அதனால் தான் தூக்கம் தவிர்த்து என்னைத் தூக்கி எடுத்து மேல் வைத்து ஆக்கமுற வைத்தனையோ! அருளமுதம் தந்தனையோ! வாழ்க என்னைத் தூக்கி வைத்த வள்ளன்மை கொண்ட திருக்கரங்கள்! வாழ்க சிவஞான வழி! வாழ்க அருட்ஜோதி!' என்று வாழ்த்திப் பாடி இன்புறுகின்றார்.

91. அருட்கொடைப் புகழ்ச்சி

உன்னதமேம் பாடுஅடைய ஒப்பிலாக்கொடை அளித்தவர்க்கு
என்னதான்கைம் மாறுசெய்ய இயலும்என வியக்கின்றார்.

'**க**டையேன் புரிந்த' எனத் தொடங்கி வரும் இருபது பாடல்களில்
ஓரிரு பாடல்களைத் தவிர மற்ற எல்லாப் பாடல்களிலும்
வள்ளலார் தம்மை மிகவும் தாழ்த்திக் கொண்டு, கடை நிலையில் தாம்
இருந்ததாகவும், தம் தவறுகளைத் தடையாகத் கருத்தில் கொள்ளாமல்,
கருணாநிதியாகிய இறைவன் அருட்கொடையாகப் பலவும் கொடுத்துத்
தம்மை ஆட்கொண்டதாகவும், அதற்குக் கைமாறாகத் தாம் கடவுளுக்கு
என்ன கொடுப்பதோ என்று ஒவ்வொரு பாடலிலும் மனமுருகிக்
கேட்பதாகவும் சொற்றொடர்களை அமைத்து அருட்கொடையைப்
புகழ்ந்து பாடுகின்றார்.

'மனமெனும் குரங்கு கட்டுக்குள் நிற்காமல், மண்ணுலக மாயையில்
மயங்கிச் சுழன்றாடி, பகட்டிலும், பணத்திலும், பாவையரிலும், நிலத்திலும்
ஆசை வைத்துப் பொய்யுலக ஒழுக்க நெறிகளில் போய்ப் பொழுதைக்
கழிக்க விரும்பும் போக்கை அடக்கியாளும் வகை தெரியாது தனியே
கிடந்து, கலங்கித் தளர்ந்து, இனி என்ன நிகழுமோ என்று வருந்திக் கிடந்த
என் நிலைக்கு இரக்கப்பட்டுப் பரிந்து வந்து, நான் கேட்கும் முன்னமே அருள்
நோக்கால் என்னை ஆட்கொண்டு, என் குற்றமெலாம் பொறுத்து என்னைத்
திருத்தி நல்வழிப் படுத்தி, புனித ஞான அமுதம் அளித்து ஆதரித்தாய்!
வெய்யிலில் வீழ்ந்த புழுப்போல் வெதும்பிக் கிடந்த எனது நோதலுக்கு இரங்கி,
கருணை நோக்கால் என்னைக் காத்து, சாதலெனும் சங்கடத்தைத் தவிர்த்து
என் உயிரிற் கலந்து கொண்ட காதலரசரே, உனக்கு என்ன கைம்மாறு
கொடுப்பதுவோ!' என்றும்,

'மதியைக் கெடுத்து இடர்பட விடும் விதியைக் குறித்த சமய நெறியில்
நான் செல்லாமல், நற்கதியில் என்னைச் செலுத்த சிவகுரு வடிவில் வந்து,
புத்தியைத் தெளிவித்து, சித்திநிலை மேல் சேர்வித்து, மாட்சிமிகு சன்மார்க்க

மரபில் மனதை ஈடுபடச் செய்து, அதற்கான வழியை அறிவித்து, அருளரசின் ஆட்சி தந்து, அருட்ஜோதியை என் கையில் அளித்து, ஆனந்தக் காட்சி தந்த கடவுளே, உனக்கு என்ன கைம்மாறு கொடுப்பதுவோ!' என்றும் நன்றி வயப்பட்டவராய் அருட்கொடையைப் புகழ்கின்றார்.

92. பாமாலை ஏற்றல்

'நான்புனைந்த பாமாலை நன்மாலை என்றேற்றுத்
தான்புனைந்தான் ஞானசபைத் தலைவன்'என மகிழ்கின்றார்.

'**நா**ன் புனைந்த சொன்மாலை' எனத் தொடங்கித் தாம் புனைந்த சொல்மாலைகளை யெல்லாம் ஞானசபைத் தலைவனாகிய நடராசப் பெருமான் இனிதே ஏற்றுத் தான் புனைந்து கொண்டதாக வள்ளலார் இன்புற்று 12 வெண்பாப் பாடல்களில் தம் மகிழ்ச்சியை வெளிப்படுத்துகின்றார்.

ஊற்றெனப் பொங்கிப் பெருகி வரும் கவியாற்றல் உடையவராய், ஒப்பிலாப் பாடல்களை உருவாக்கிப் பாடிய வள்ளலார், தமக்கே உரிய தன்னடக்கத்துடன், 'முன்பின் அறியாது நான் மொழிந்த மாலையெல்லாம் அன்பின் வடிவமான அம்பலவன் அணிந்து கொண்டான். சொல்லுகின்ற என் சிறு வாயிலிருந்து வெளிப்படும் சொல்மாலையினை வெல்லுகின்ற தும்பையென அதாவது போரில் வென்றோர் அணியும் தும்பை மாலையென ஏற்று அணிந்தான். ஏதாகுமோ என்று எண்ணி நான் இசைத்த பாட்டையெல்லாம் வேதாகமப் பாடலென்றே ஏற்று அணிந்தான். என்னுரையைப் பொன்னுரை என்று அணிந்து, அதனைத் தன்னுரைக்கு நிகரானதெனச் சொன்னதன்றி, உன்னைப் போல் உரைக்கவல்லார் யாருளர் என்றும் என்னைப் புகழ்ந்தான். நீயே என் பிள்ளை இங்கு. நின் பாட்டில் குற்றமொன்றும் ஆராய்ந்து பார்க்கமாட்டோம். பொன் ஒப்பது என்னை நீ போற்றுகின்ற சொல்மாலை என்று என் அப்பனாகிய அவன் சொன்னதுடன், எடுத்து என்னை அணைத்துக் கொண்டவனாய், இறவாத உடலையும் எனக்குக் கொடுத்தருளினான். என் சிறுபருவம் என்றும் பாராமல் முன்பே எனக்குரிய வரங்களை அளித்தவன் அன்றோ அவன்! ஆதலால் நான் செய்த புண்ணியம் வானையும், புவியையும் விடப் பெரியதாகி, நான் எண்ணியவையெல்லாம் முடிக்கின்றேன்,' என்று அளவிலா ஆனந்தத்தை வெளிப்படுத்தித் தம் சொற்பாமாலையை இறைவனுக்குச் சூட்டுகின்றார்.

93. திருவருட் கொடை

'ஐந்தொழில்யான் செயப்பணித்து, அருளமுத உணவளித்துச்
செந்தமிழின் வளர்க்கின்றாய், சிற்சபைஅர சே!'என்பார்.

'**சி**ருட்டி முதல்' எனத் தொடங்கும் இப்பதிகமானது, சிற்சபையில்
நடம்புரிகின்ற சிவநடராசப் பெருமான் தமக்கு அருளமுதம்
அளித்ததையும், ஐந்தொழில்கள் புரிக என்றதையும், தம்மைப்
பிள்ளையாக வளர்ப்பதையும் பாடற்பொருளாகக் கொண்டு வள்ளலார்
புனைந்து பாடியதாகும். தமக்கு அளிக்கப்பட்ட திருவருட் கொடையினை
ஒவ்வொரு பாடலிலும் வெவ்வேறு சொற்றொடர்களால் திரும்பத் திரும்பக்
கூறிச் 'சிற்சபையில் நடிக்கின்றாய்' என இறைவனை மறவாதவராய்ப்
பாடுகின்றார்.

'நான்முகன், நாரணன் முதலான ஐம்பெருந் தேவர்கள் புரியும்
தொழில்களான படைத்தல், காத்தல், அழித்தல், மறைத்தல், அருளல்
என்கின்ற ஐந்தொழில்களையும் எனக்கே விரும்பி அளித்து, அவற்றை
இயற்றுக என்றாய். புத்தமுதாகிய உன் பெருங்கருணையாம் புனிதத்
தெள்ளமுதத்தையும் எனக்கு உவந்து கொடுத்தாய். நான் அதனை
உண்டு இன்புறச் செய்தாய். கங்கணமாம் பொன்னணியை என் கரத்தில்
அணிவித்தாய். சைவர்களும் சித்தர்களுமான உன் மெய்யடியார்கள்
நிறைந்த திருச்சபையில் என்னை இருக்கச் செய்து, திருவளித்து என்னை
வளர்க்கின்றாய்,' எனத் திருவருட் கொடையைப் புகழ்ந்து பாடும் வள்ளலார்,

ஒவ்வொரு பாடலின் இறுதி வரியிலும் 'சிற்சபையில் நடிக்கின்றாய்'
எனக் குறிப்பிட்டுச் சிற்றம்பலத் தெய்வத்தைச் சிந்தையிலிருந்து அகற்றாத
பற்றுடையவராகவும், அத்தெய்வத்தால் தாம் வளர்க்கப்படுவதைப் பெரும்
பேறாகக் கருதுபவராகவும் 'சேயெனவே வளர்க்கின்றாய்,சித்துருவில்
வளர்க்கின்றாய், செந்தமிழின் வளர்க்கின்றாய், செல்வமொடு
வளர்க்கின்றாய், செயமுறவே வளர்க்கின்றாய்' எனப் புகழ்ந்து மன்றுள்
நடத்தரசை மனம் மிக நெகிழ்ந்து துதித்து திருவருட கொடையைப்
போற்றுகின்றார்.

94. சுத்ததேகம்

'இறவாஉடல், ஒளிவடிவம் ஈக'என்று இவர்கேட்க,
'பெறுவாய்'என்று இறையளித்த பேற்றைநினைந்து உவக்கின்றார்.

'**சி**வம் கனிந்த' எனத் தொடங்கும் இப்பதிகத்தில் வள்ளலார் சிற்றம்பலத்தில் அருள் நடம் செய்கின்ற, அருள் நடம் விளைக்கின்ற, அருள் நடம் ஒளிர்கின்ற, அருள் நடம் இடுகின்ற பெருவாழ்வே என்று சில பாடல்களிலும், சிற்றம்பலந்தனில் திகழ்கின்ற, வளர்கின்ற, தழைக்கின்ற பெருவாழ்வே என்று சில பாடல்களிலுமாக நடராசப் பெருமானை அழைத்து, தம்முடல் அழிவுறாத் தனி வடிவம் ஆகுமாறும், அருள் வடிவம் ஆகுமாறும், ஒளிவடிவம் ஆகுமாறும், சுகவடிவம் ஆகுமாறும், பொன் வடிவம் ஆகுமாறும், சிவவடிவம் ஆகுமாறும் தாம் விடுத்த விண்ணப்பத்தைத் திருச்செவிகளில் ஏற்று அவ்வாறே அருள்புரிந்ததாக வெவ்வேறு பாடல்களில் மகிழ்ந்து கூறி இறையருளைப் புகழ்ந்து பாடுகின்றார்.

'பேரருட் ஜோதியே, ஜோதியுள் துலங்கிய மெய்ப்பொருளே, கதிர் நடுவில் விளங்கிய கடவுளே, களங்கமிலா உள்ளத்தில் விளங்கிய கருத்தனே, மயக்கமுறா மெய்யறிவில் மேவிய மாமணி விளக்கே, சிவம் கனிந்த சிற்றம்பலத்து அரசே, இப்பிறவியில் நான் பெற்றுள்ள இவ்வுடலும், வடிவமும் அழிவுறாமல் இருக்க அருள் புரிய வேண்டுமென்று நான் விண்ணப்பித்துக் கொண்டதை விருப்பமுடன் ஏற்றுக் கொண்டு, என் உள்ளம் விழைந்தவாறே, இவ்வுடல் இறந்து மடிந்து போகாமல், சிறந்த மெய்ச்சுக வடிவமும், ஒளிவடிவமும் பெற்றிருக்குமாறு தயவொடு வரம் தந்தனையே!' என்று, வேண்டியது வேண்டியவாறே கிடைத்ததெனும் வியப்பும், மகிழ்ச்சியும் பொங்கித் ததும்ப இறையருளைப் போற்றுகின்றார்.

95. கைம்மாறின்மை

'மெய்ச்சோதி ஈந்துள்னனை மேனிலையில் வைத்து,உடம்பை
இச்சோதி ஆக்கியதை என்னென்பேன்!' எனவியப்பார்.

'நன்றே தரும் திரு' எனத் தொடங்கும் இப்பதிகத்தில் வள்ளலார்,
தம்மை உலகம் மதித்துப் போற்றுமாறு இறைவன் தமக்களித்த சீர்
சிறப்புகளைக் கூறி, அவனது அருள்திறத்தை வாழ்க என வாழ்த்தி, சுத்த
சன்மார்க்கப் பெருநெறியின் மேன்மையைக் கொண்டு இவ்வுலகம் வாழ்க
என வாழ்த்திப் பாடுகின்றார்.

'அல்லற்படுத்தும் ஆணவம், வினைப்பயன், மாயை என்ற மூவகை
அசுத்தங்களையும் அகற்றி என் அகத்தை உன் ஆலயமாகக் கொண்டு,
சித்தியை நான் அடையுமாறு போதித்து,என்னுடம்பைப் பொன்னுடம்பாக்கிப்
புத்தமுதும் அளித்த உன் திருவருளுக்கு என்ன கைம்மாறு செய்வேன்!' என
அதிசயிக்கும் வள்ளலார், இறைவனைத் தற்ஜோதி என்றும், சத்திய ஜோதி
என்றும், தனித்தலைமைச் சிற்ஜோதி என்றும், ஞான நன்னாடக ஜோதி
என்றும், நலம்புரிந்த பொற்ஜோதி என்றும், ஆனந்தப் பூரண ஜோதி என்றும்
வருணித்துப் போற்றுகின்றார்.

மேலும், 'எக்காலத்திலும் அழியாத வடிவம் தந்து, என்னுள் உன்னை
வைத்ததுடன், ஆக்கல் முதல் ஐந்து தொழில்களையும் நானே இயற்றுமாறு
தந்து, என் இச்சைப்படி இயங்கச் செய்வித்து, அருட்ஜோதியை என்
கையில் கொடுத்து, என்னுள்ளும் கலந்து நின்று, உன் இனிய அருளாகிய
மெய்ச்சோதியையும் வழங்கி என்னை மேனிலைக்கு ஏற்றி, உடம்பை
இச்சோதி ஆக்கியதை என்னவென்று சொல்வேன்!' என்று வியந்து பாடி
உள்ளம் உருகுகின்றார்.

96. பொன்வடிவப் பேறு

'தன்வடிவே என்வடிவாய்த் தந்தஅருட் ஜோதியினால்
பொன்வடிவம் பெற்றேன்'எனப் பொங்கும்களிப் போடுஉரைப்பார்.

'அருட்ஜோதி அபயம்' எனப் பாடத் தொடங்கும் வள்ளலார், பொருட்பெருஞ்ஜோதித் தெப்பம் தந்து, இருள் மிகுந்து அறிவு மயங்குகின்ற கடலினின்றும் கரை சேர்க்க அபயம் பெறும் தம் அவாவினையும், சிற்றம்பலத்தரசின் சீரமுதத் திருவடிகளைக் கண்டு உடம்பும், உயிரும் பத்தி வடிவாகிக் கூத்தாடிக் களிக்க விரும்பும் தம் ஆர்வத்தையும், இறைவனது பொன்னிகர் பாதங்களைப் புகழ்ந்து பாட விழையும் தம் ஆவலையும் பாடல்களில் வெளிப்படுத்தி, 'ஜோதிப் பிழம்பே, சுக வடிவே, மெய்ஞ்ஞான நீதிப் பொதுவே, நிறைநிதியே' என ஜோதிக் கடவுளைக் கூவி அழைத்து, மாயையும், கன்ம இருளும் மறைந்து போகுமாறு தம்முன் எழுந்தருள விண்ணப்பம் செய்தபின், அடுத்து வரும் பாடல்களிலெல்லாம் மாதேவனின் அருளால் தாம் பெற்ற மாண்புகளைக் குறிப்பிட்டுப் பாடுகின்றார்.

'அன்பகத்தில் வாழும் அம்பலத்தான் அளித்த அருளமுதத்தால் நான் இன்ப உருவம் தாங்கினேன். இறவாத தனிவடிவம் பெற்றேன். துன்பமெலாம் தொலைந்து, ஈனமெலாம் அகன்று, ஊன உடம்பு ஒளி உடம்பாய் ஓங்கிநிற்க ஞான அமுதம் எனக்கு நல்கினான். உலகத்தவர் கண்டு நிற்க, தேசு எனும் ஒளியால் என்னை வாசாம கோசரம் எனும் வாக்குக்கு எட்டாத மேல்நிலையில் ஏற்றிவைத்தான். ஒப்புயர்வில்லாத அருட்ஜோதி அப்பனும் ஈசனுமான அம்பலத்தான் சன்மார்க்கம் சிறந்தோங்குமாறு வந்து என்னுட் கலந்து, மெய்யே மெய் ஆகுமாறு, அதாவது உடம்போடு உடம்பு ஒன்றாகுமாறு நிறைந்து, தன்வடிவே என்வடிவாய் என்னைப் பொன்வடிவமாக்கி, ஐந்தொழிலையும் இயற்றுதற்கு அருட்ஜோதிச் செங்கோல் அளித்தான்!' எனத் தானடைந்த பேற்றை ஆனந்தம் பொங்கப் பாடிக்களிப்புறுகின்றார்.

97. தத்துவ வெற்றி

'மனம், புத்தி அடக்கவல்லேன்; மரணம், பசி தவிர்க்கவல்லேன்;
சினம், காமம் ஒடுக்கவல்லேன்; சிவமைந்தன் நான்' என்கிறார்.

'திருவளர் பேரருளுடையான்' எனத் தொடங்கித் தொடரும் இருபது பாடல்களில் வள்ளலார், சிற்சபையின் தலைமைச் சித்தராகிய இறைவன் பெருமையுடன் ஈன்ற அருமை மகனாகிய தம்மிடம் இருமை அதாவது இரு தன்மை கொண்டு இயங்கி மனிதரை வசப்படுத்தித் துன்புறுத்தும் பயல்கள் என மனம், புத்தி, அகங்காரம், மாயை, வினைப்பயன், தூக்கம், பயம், கோபம், காமம், பசி, மரணம் என்பவற்றை உருவகப்படுத்தி, அவற்றின் துள்ளல்களோ, ஆதிக்கமோ எள்ளளவும் தம்மிடம் எடுபடாதென்றும், அவை தாறுமாறாக இடக்கு செய்தால் தம்மால் அடக்க இயலுமென்றும் உறுதிபடக் கூறிப் பாடுகின்றார்.

'மனமெனும் குரங்கே, ஐம்புலன்களின் ஆசையில் அகப்பட்டு அலையாமல் என் சொல்வழி நில். உலக மாயையில் சிக்கி மயங்கும் புத்தியே, விலகிநில். நிலையறியாது ஒன்றையொன்றாய் நிச்சயத்து நெறி பிறழச் செய்யும் சித்தமே, அலையறியாக் கடல் போல் அசைவற நில். அகங்காரமே, தலைகால் புரியாமல், செகம் காண ஆடாமல், அடங்கு. மாயை யெனும் பொய்த்தோற்றமே, பேயெனக் காட்டிற்கு ஓடிப் போய்விடு. நன்மையென, தீமையென வரும் வினைப்பயனே, என்முன் நில்லாமல் அகன்று விடு. தூக்கமெனும் சோம்பேறியே, ஆக்கம் பெறத் தடையாக இராமல் உன் போக்கில் ஓடிவிடு. பயமெனும் பாவியே, பறந்தோடிப் போய்விடு. கோபம், காமம், மோகம், மதம், மாச்சரியம், பசி, துன்பம், மரணம் எனும் பொல்லாத பாவிகளே, என்முன் நில்லாமல் போய்த் தொலையுங்கள்' என்றும்,

'மற்றவர்களைப் போல் என்னை மருட்ட நினையாதீர்கள், மாபாவிப் பயல்களே. முற்றும் உங்களை விரட்டியடிக்க வல்லவன் நான். ஏனெனில் இறைவனின் இனிய பிள்ளை நான். அருட்ஜோதி ஆண்டவனின் அருளமுதை உண்டு மேனிலையில் அமர்ந்த பிள்ளை நான். சிற்சபை அரசருக்குச் சிறந்த

பிள்ளை நான். ஞானசபைத் தலைவருக்கு நல்ல பிள்ளை நான். பெரிய தனித்தலைவரின் பெரிய பிள்ளை நான். ஆதலால், அரிய செயல்கள் அல்ல இவை. என்னால் ஆகும்' என்கின்றார். (மனிதரை விடாது பற்றிக்கொண்டு, அடாது செய்யத் தூண்டிப் படாத பாடு படுத்துகின்ற இவற்றுக் கெல்லாம் இடம் கொடாது அவற்றை அடக்கவோ, முடுக்கி விரட்டவோ வேண்டும் என்னும் பேராவலில் வள்ளலார் இங்ஙனம் பாடுகின்றார்.)

98. பேறடைவு

'மகனே, உனக்கு அருளொளியை மணமுடிப்போம் இன்று; அதற்குத் தக, நீயும் மணக்கோலம் தரித்திரு' என் றார் இறைவர்.

'**ம**ணம்புரி கடிகை' எனத் தொடங்கி வளரும் இப்பதிகத்தில் வள்ளலார், அம்பலத்து அரசர்மேல் கொண்ட அன்பின் காரணமாக தந்தை-மகன் உறவு வைத்துத் தமக்கு அருட்ஜோதியை வழங்கிய நிகழ்ச்சியைத் திருமண மங்கல விழாவாகச் சித்தரித்து, மணமகன் கையில் மணமகளை ஒப்படைப்பதைப் போல, தம்மை மணமகனாக்கி, அருளொளி என்னும் மணமகளைத் தம்மிடம் அளிக்க இருப்பதாகவும், அதற்கு ஆயத்தமாக இரு என்று இறைவரே கூறுவது போலவும், 'இன்றுனக்கு அருளொளியை இனிதே மணமுடிப்போம். மகனே, நீ மணக்கோலம் புனைந்திருப்பாயாக' எனப் பாடல்தோறும் அறிவுறுத்துவதாய்க் காப்பியச் சுவை ததும்பப் பாடுகின்றார்.

'எமது பொருள் என யாம் கருதும் எம் அன்புடை மகனே, உனக்கு இரண்டரை நாழிகைப் பொழுதில் அதாவது ஒரு முகூர்த்த கால அளவில், வையகமும் வானகமும் அறியுமாறும், காண்போர் வியந்து புகழ்ந்திடுமாறும், உனக்கே உரியதான அருளொளித் திருவை மணம் முடிப்போம். உண்மை இது ஆதலால், தூக்கம் கலைந்து எழுந்து, துன்புடைய எல்லாமும் தூரத்தே விலக்கிவைத்து, காலந்தாழ்த்தாமல் விரைந்து தூய நீராடி, அழகிய திருமணக் கோலம், பொன் உனது பக்கம் விளங்குமாறு புனைந்து, மகிழ்ச்சியுடன் வருக. மணம் புரிவித்து உன்னதமாய் உன்னை வாழ்விக்கின்றோம். இது நமது ஆணை. குணம் புரிந்து, எமது மகன் நீ என்னும் குறிப்பு வெளிப்படக் காட்டு,' என்று அறிவுறுத்தி, அத்தன் தன் அருளொளியை அளிப்பதற்கு இவ்வாறு தம்மைச் சித்தப்படுத்தினார் என்று சிந்தை நெகிழ்ந்து, அப்பேறு அடைந்ததைப் பேருவகையுடன் கொண்டாடிப் பாடியுள்ளார்.

99. சுத்த சிவநிலை

அத்தன்நட ராஜசிவன் அருளால்தாம் பெற்றுயர்ந்த
சுத்தசிவ நிலைபற்றிச் சொல்மாலை தொடுக்கின்றார்.

'**க**ண்ணில் கலந்தான்' எனத் தொடங்கிக் கவின்மிகு வெண்பாத் தொடரில் அம்பலத்து அரசின்மீது கொண்ட அளவற்ற பத்தியின் பயனாகத் தாம் பெற்ற அற்புதச் சத்தியாகிய சித்தி முதல் பலவற்றையும் கூறிச் சுத்த சிவநிலை அடைந்ததைப் பாடி மெத்த மகிழ்ச்சியை வள்ளலார் வெளிப்படுத்துகின்றார்.

'கனகசபையான் என் கண்ணில் கலந்தான்; கருத்தில் கலந்தான்; எண்ணத்தில் கலந்தான்; பண்ணில் கலந்தான்; என் பாட்டில் கலந்தான்; கருணை கலந்து என் உள்ளத்திலும், உயிரிலும் கலந்தான். எண்ணுகின்ற எண்ணங்களெல்லாம் அவன் தருகின்றான். உண்ணுகின்ற தெள்ள-முதத்தால் உள்ளம் தெளியுமாறு அருள்கின்றான். சுத்த வடிவம் கொடுத்தான்; சுகவடிவம் கொடுத்தான்; நித்த வடிவு நிறைந்தோங்கும் சித்தெனும் ஞான வடிவும் கொடுத்தான். அதனால் நான் கொடிய வினையின் விளைவும், மாயையின் விளைவும் தவிர்க்கப்பட்டேன். அரியதான அறிவின்பம் அகத்துள் நான் அடையப் பெற்றேன்;'என்றும்,

'துன்மார்க்க மெல்லாம் தொலையச் செய்து, என்மார்க்கம் சுத்த சிவ சன்மார்க்கம் என்றாகி, அந்த நன்மார்க்கத்தை நான் மேற்கொண்டேன். பன்மார்க்கம் எல்லாமும் பசையெனும் சாரமின்றி ஒழிந்தன. எனது சொன்மார்க்கமாகிய கொல்லா நெறியை ஏற்க இசைந்து நின்றன, எல்லா உலகும். சாதி, குலம், சமய பேதம் மற்றும் சாத்திரங்களால் தடுமாற்றம் பெற்று எவரும் வேதம், ஆகமம் பற்றி வீண் வாதம் ஏதும் செய்ய வேண்டாம். சித்தியெலாம் வல்லதான சிவமொன்றே இவ்வுலகில் நிலையானது என்று எண்ணினால் நினைப்பது கைகூடும். நான் உரைக்கும் இந்த வார்த்தையெல்லாம் நானாகச் சொல்வதில்லை. உள்ளிருந்து ஆடும் சிவம்

உணர்த்துவதையே நான் உரைக்கின்றேன். நான் பாடும் பாட்டெல்லாம், ஊழிபல சென்றாலும் ஒழிவின்றி ஓய்வின்றி நடம் புரியும் நம்பன் திரு நடராசன் பாதமலர்ப் பாட்டே. அத்தகைய அத்தன் அருள் விளையாட்டு ஆடுவதற்கு இங்கே வருகின்றான்,' என்றும் பாடி தாம் பெற்ற சுத்த சிவநிலையை விவரிக்கின்றார்.

100. அந்தோப் பத்து

"அந்தோ, அந் தோ!' எனத்தாம் அதிசயித்துப் பெற்றபேற்றை
இந்தஒரு பதிகத்தில் எடுத்துரைத்துஇன் புறுகின்றார்.

'நான் அந்தம் அடையாது' எனத் தொடங்கி, அம்பலத்தில் ஆனந்த நடம்புரியும் இறைவன், தமக்கு ஆனந்த அமுதளித்து ஆட்கொண்டதன் பயனாக, தாம் எந்நாளும் இருந்து இறைபணி செய்வதற்குரிய இயல்பைப் பெற்றதாக இன்ப உணர்ச்சி பொங்க வள்ளலார் பாடுகின்றார். இறைவனிடமிருந்து இவர் பெற்ற அனைத்துமே அதிசய நிகழ்வுகள் ஆதலின், எல்லாப் பாடல்களின் இறுதியிலும் 'அந்தோ, அந்தோ' என்னும் அதிசய இரக்கச் சொல் அமைத்துப் பாடுகின்றார்.

'அன்புமிகு அம்பலத்து இறைவன் என்னைத் தினையளவும் அறிவறியாச் சிறியவன் என்று நினையாமல், சித்தியென உள்ளதெல்லாவற்றையும் என் வசமாக்கி, சிறந்த அருளமுதம் அளித்தான். துன்பமெலாம் ஒரு கணத்தில் தொலையச் செய்து, எந்நாளும் சுகமாய் இருக்க அருட்ஜோதியை எனக்கு அளித்தான். சாதி, மதக் கொள்கை வேறுபாடெல்லாம் விரைந்தொழிய, ஆதி நடம் செய்யும் கடவுள் என் கையில் அருட்ஜோதியை அளித்தான். பேராலும், அறிவாலும் பெரியோர்கள் எனப்படும் யாராலும் பெறற்கரிய அருளொளியை நான் பெறுமாறு அளித்ததால், பொதுவில் நடம் புரிகின்ற பேரின்பப் பொருள் யாதோ அது நானாகி, நான் அதுவாகி, இரண்டற்ற ஒன்றுபட்ட அத்துவிதமாகி நின்றேன். மனிதர்க்கு இயல்பான மருள் வடிவம் எப்போதாகிலும், எவ்விடத்திலாகிலும், எதனாலாகிலும் எனக்கு வந்துவிடாத வகையில் அருள் வடிவம் அடையப்பெற்றவனாகி, நான் ஆனந்தமாய் ஆடுகின்றேன், அந்தோ, அந்தோ!' என இருமுறைகள் சொல்லிப் பாடுகின்றார்.

101. உலகப் பேறு

அலகிலாஅருட் பெருஞ்ஜோதி அருளியஅரும் பேறுகளால்
உலகிலெலாம் உண்டான உயர்நலங்களை விவரிப்பார்.

'இன்பால் உலகங்கள்' எனத் தொடங்கும் இப்பதிகத்தில் வள்ளலார், தம்பால் அருட்ஜோதியார் வந்து அன்பிற் கலந்ததால் உண்டான உலக நலன்களையெல்லாம் உவப்புடன் பட்டியலிட்டாற்போல் பாடுகின்றார். ஒவ்வொரு பாடலின் முதல் மூன்றடிகளிலும் விளைந்த நலங்களை விவரமாய்க் கூறி, இறுதி வரியில் அருட்பெருஞ் ஜோதியார் அவரிடம் வந்து சேர்ந்த அரிய நிகழ்வைக் குறிப்பிடுகின்றார்.

'அருட்பெருஞ்ஜோதியாரின் அரிய வருகையால், இருள்சூழ்ந்த மலமெனும் மனமாசுகள் மறைந்தன. மருள்சூழ்ந்த மாயையும், கன்ம வினைப்பயனும் விலகின. உள்ளங்கள் தெருளெனும் தெளிவு பெற்றன. குறைகள் தீர்ந்தன. குற்றங்கள் நீங்கி, நற்குணங்கள் வந்து சேர்ந்தன. விடம் பெற்றிருந்த நிலைமாறி உயிர்கள் விடமற்று வாழ்ந்தன. மடம் பெற்றிருந்த மனிதர்கள் மதி வரப்பெற்றனர். தினந்தினம் பிணியினால் வருந்தியவர்கள் திடம் பெற்று எழுந்தனர். பிணங்களெலாம் உயிர் பெற்று ஓங்கின. துன்பத்தால் துடித்தவர்கள் சுகம் பெற்றனர். இன்பத்தால் உலகம் நிரம்பியது. அகிலமெங்கும் அருளரசாட்சி அமைந்தது. மன்னும் சுத்த சன்மார்க்கம் சிறப்புற்றது. முன்னம் இருந்த மார்க்கங்கள் யாவும் முடிந்தன. பத்தர் பாடினர். பணிந்து நின்று ஆடினர். சித்தர்கள் ஆனந்தத் தெள்ளமுது உண்டனர்,' என்று இவ்வாறாக பெருமைமிகு அருட்ஜோதியார் வரவால் நிகழ்ந்த அருமை மிகு விளைவுகளைக் குறிப்பிட்டுப் பாடுகின்றார்.

102. திருக்கதவம் திறத்தல்

'திருக்கதவைத் திறந்துஉனது திருவுருவைக் காட்டி,அன்புப்
பெருக்குடைய எனைப்புணர்ந்து, பிறங்கொளியை வழங்கு'என்பார்.

'திருக்கதவம் திறவாயோ' எனத் தொடங்கும் இப்பதிகத்தில் வள்ளலார், சிற்சபை வாழ் அரசை ஒவ்வொரு பாடல் இறுதியிலும் 'சித்த சிகாமணியே என் திருநட நாயகனே' எனக் கூவி அழைத்துத் தம் கோரிக்கையை முன்வைக்கிறார்.

திருக்கதவைத் திறந்து, திரைகளைலாம் தவிர்த்து, திருவருளாம் பெருஞ்ஜோதித் திருவுருவத்தைக் காட்டியருள வேண்டும் என்றும், தம் உடம்பும், உயிரும், உள்ளமும் ஒளிமயம் ஆகுமாறு தம்முள் இறைவர் கலந்து இரவு பகல் எப்போதும் இன்புற்றிருக்குமாறு செய்தருள வேண்டும் என்றும் அன்புடன் வேண்டுகின்றார்.

'மாற்றறியாப் பொன்னே, மணிக்கதவைத் திறந்து, கருவில் உண்டாகாத உன் தனிவடிவை நான் கண்டு களிக்குமாறு காட்டாயோ? அன்புடை இறைவனே, என்னை நீ அணைந்திடவே ஆவல் கொண்டுள்ளேன். ஆதலால் வந்து என்னை அணைக என வெட்கத்தை விட்டு வேண்டுகிறேன். உரை கடந்த உன் திருவருட் பேரொளிவடிவம் வந்து, என்னுட் கலந்து, இனிய போகத்தை அளிக்கும் பொருட்டு என்னுள் பொங்கிப் பெருகும் காதற் பெருவெள்ளம் என்னை முற்றும் விழுங்கிக் கரைகடந்து போனது. இனியும் என்னால் தாங்க இயலாது என்பதைக் கண்டுகொள்வாய். உன்னிடம் நான் பிறரைப் போல உடைகளோ, உணவோ, உடைமைகளோ விழையவில்லை. என்னை அணைந்து ஞான விளையாடலையும், சித்தாடலையும் நிகழ்த்தவே விழைகின்றேன்,' என்றும்,

'நான் நீறாய், மண்ணாய் அழிந்துபோக நினைக்கவில்லை. இறந்து, இறந்து இளைத்தது போதும். இனிய அமுதம் அளித்து என்னைப் புறந்தழுவி, அகம்புணர்ந்து, பூரண சிவபோகம் பெற என்னுடம்பில், என்னுயிரில், என்னுளத்தில், என்னறிவில் உன் திருவுரு கலந்து, என்றும் பிரியாதிருக்க

அருள்வாய். வேத நெறி, ஆகம நெறி, புராணங்கள் கூறும் நெறி, இதிகாசம் விதித்த நெறி யாவும் ஓதுகின்ற சூதனைத்தும் எனக்குத் தெரியக் காட்டி, உள்ளதை உள்ளபடியே உணர்த்தினையே! கண்மூடி வழக்கமெலாம் மண்மூடி அழிந்து போமாறு, சன்மார்க்கம் ஒன்றே நிலைபெற்றுத் தழைத்தோங்க எனக்கென்றே அருள் தந்தனையே, சித்த சிகாமணியே, என் திருநட நாயகனே!' என்றும் பாடுகின்றார்.

103. பிள்ளைச் சிறுவிண்ணப்பம்

இவையெலாம்தம் இச்சையென இறைவரிடம் முன்வைத்து
அவையெலாம்நிறை வேறுமாறு அருள்வழங்க வேண்டுகிறார்.

'**த**டித்தவோர் மகனை' எனத் தொடங்கித் தம்மை எப்போதும் இறைவரின் செல்வப் பிள்ளையாகக் கருதிய வள்ளலார், இருபத்தெட்டு பாடல்களில் தமது விண்ணப்பத்தை முன்வைத்து, அவற்றுள் எட்டு பாடல்களில் தம் இச்சைகளை வெளிப்படுத்தி, 'தானில்லாது உயிர்களுக்கு அசைவில்லாத தலைவனே, நற்சபை அரசே, நான் கூறும் இவையெலாம் கேட்டு அருள்புரிவீராக,' எனப் பணிவுடன் வேண்டிப் பாடுகிறார்.

'தந்தை தன் மகனை அடித்தால், அவன் தாய் அதனைத் தடுத்து மகனை அன்புடன் அணைத்துக் கொள்வாள். தாய் அடிப்பாளாயின், தந்தை தடுத்து மகனை அணைத்துக் கொள்வான். பெற்ற தமது பிள்ளைகளின் குணங்களையெல்லாம் பெற்றவர் அறிவரே அன்றி, மற்றவர் அறியார். என்னை ஈன்ற தாய், தந்தை நீ ஆதலால், என்னை அடித்தது போதும்; அணைத்திட வேண்டும். பிள்ளை என் பிழையைப் பொறுத்தருள்க. பணத்தில் நான் ஆசை இல்லாதவன். படைத்த பணத்தை விட்டெறிந்தேன். குணத்தில் நீ தரும் பொருளால் உள்ளதெல்லாம் பிறர்க் கென்றே கொடுக்கின்றேன். இவ்வுடம்பில் எள்ளளவும் எனக்கு ஆசையில்லை. உடம்பு தடித்திட நினைத்ததில்லை. இளைத்திடவே விழைகின்றேன். அதனால் உணவை வெறுப்புடனே உண்பேன். சரியை, கிரியை, யோகம், ஞானம் என உள்ளவற்றைப் புரியவும், முத்தியைப் பெறவும் உரிய ஆசை எனக்கு இல்லை. நற்சபையாருக்கு உரிய ஒழுக்கமும், அன்பும், மெய்யறிவும் பெற்று சிற்சபை நடம் கண்டு தினமும் பாடியும், ஆடியும் இருக்க மட்டுமே எனக்கு ஆசை உண்டு,' என்றும்,

மேலும், 'எவ்வுயிரும் என்னுயிரென எண்ணி இன்புறச் செய்திடவும், அவ்வுயிர்களுக்கு வரும் இடையூற்றை அகற்றி, அச்சத்தை நீக்கிடவும், வருத்தத்தால் உயிர்களெலாம் வாடுவதைக் கண்டும், பிறர் கூறக்கேட்டும்

சகியாமல் கருணையே வடிவாகி, உன்னருளால் அத்தருணமே அத்துன்பமெலாம் தவிர்த்து இன்பம் தரவும், வன் புலை கொலை என்னும் கொடுமைகள் நீங்கிய நெறி உலகமெலாம் பரவி ஓங்கிடவும், அன்போடு இணைந்து மக்கள் அனைவரும் உன்னைப் போற்றிடவும், தங்கம் போன்ற மனமுளோர் திரண்டு வந்து சமரச சுத்த சன்மார்க்க சங்கமும், அது சார்ந்த ஞான சபையும் சிறக்கக் கண்டு இன்புறவும், பெருமை மிகு சற்சங்கம் நெடுங்காலம் விளங்கி, அங்கு அங்கம் குளிரப் பாடி, ஆடவும் நான் இச்சை கொண்டேன்,' என்றும் கூறி, அவை நிறைவேற அருள் வழங்க வேண்டுகின்றார்.

104. பிள்ளைப் பெருவிண்ணப்பம்

உயிரிரக்கக் கோட்பாட்டை உடையஇவர், உலகினரின்
துயரறுக்க வேண்டுமெனத் தொடுத்தது,இப்பெரு விண்ணப்பம்.

'**க**ருணை ஆரமுதே' எனத் தொடங்கி 'கனிந்த சிற்றம்பலக் கனியே' எனக்
கனகசபைக் கடவுளை விளிக்கும் முதற் பாடலும்,அடுத்து வரும் 128
பாடல்களுமாக, வள்ளலார் தம்மை அப்பெருமானின் பிள்ளையாக வைத்து
உள்ளத்தில் எழும் உணர்வுகளை ஒவ்வொன்றாய் வெளிப்படுத்துபவராய்,
மிக நீண்ட விண்ணப்பத்தைப் 'பெருவிண்ணப்பம்' என்ற பெயருக்கு ஏற்பக்
கவிமழையாகப் பொழிகின்றார்.

'இரக்கமும் நானும் ஒன்றாய் இருக்க உன் திருவுளம் விழைந்து,
இவ்வுலகில் என்னைச் சிறக்க வருவித்த சிற்றம்பலத் திருவுருவே! என்
தந்தையாகிய உன் திருப்பணியில் என்னை நிலையாய் இருத்தும்
பொருட்டு என் சிந்தையைச் செலுத்திவருவதை நீ அறிவாய். உயிரிரக்கமும்
என்னுயிரும் ஒன்றே அன்றி வெவ்வேறு இல்லை. உயிரிரக்கம் நீங்கினால்
என் உயிர் நீங்கும். உன் பதத்து ஆணை இது. இன்றைய நாள் வரையில் நான்
உற்ற இடர், பயம், துயர் அனைத்தும் மற்றவர் பொருட்டே என்று மாதேவே,
உன் திருவுளம் அறியும். வாழ்விழந்த அம்மையரும், வயோதிகரும்,
இளையோரும்,வறுமையினால் வருந்தும் எவ்வயதினரும், உறவினர்,
துணைவர், நேயர், நண்பர், அயலார் எனப் பலவகையினரும் பசியாலும்,
பட்டினியாலும் பரிதவித்து, பிணிவந்து நலங்குறைந்து, உளம் வெதும்பி,
நாள்தோறும் இளைத்துத் தேய்ந்துக் கலங்கித் துயருறுவதைக் கண்டு
பயந்து உளம்பதைத்தேன். நீரின்றிப் பயிர்வாடும் நிலை கண்டு வாடிய
நான், சோறின்றி இரந்தோரின் நிலை கண்டு உளம் துடித்தேன். வீடு தொறும்
இரந்து நின்றும் உணவு பெறாதவராய் வாடும் வெற்றரைக் கண்டு வருந்தி
மிகக் கலக்கமுற்றேன்,' என்கின்றார்.

(பயிர்கள் நீரின்றி வாடப் பார்த்துப் பரிதவித்த அருளாளராகிய
வள்ளலார், உயிர்கள் உணவின்றி வாடக் கண்டு உளம் நொந்தது அவரது

இளகிய மனதின் இயல்பே. சத்திய தருமச் சாலையினை வடலூரில் தொடங்கி நித்திய அறப்பணியாய்ப் பசி நீக்கும் பணியை மேற்கொண்டார். தணியாத பசியால் தவித்தவர்கள் துயர்தீர அணையாத அடுப்பமைத்து அதில் உணவைச் சமைத்தளித்தார். அன்று அவர் அவ்வடுப்பில் உண்டாக்கிய தீ, ஆண்டுகள் எத்தனை கடந்தும் என்றும் அணையாத் தீயாய் எரிந்து, உணவு சமைத்துப் பசித்தீயை அணைத்து வருகிறது. சேய்க்கு உணவு கொடுத்து அதன் சிரிப்பு கண்டு மகிழும் தாய்க்கு நிகரான தனித்தன்மை கொண்டவராய், வாய்க்கு உணவளித்து வறியவர் பசியைத் தீர்த்ததுடன், நோய்க்கு உகந்த மருந்தளித்தும் நோவகற்றி மக்களைக் காத்தார்.)

வள்ளலார் மேலும் பாடுகையில், 'இறந்த மனிதரின் அருகிருந்து உறவினர் அழக்கேட்டு உளம் பதைத்தேன். இறப்பைக் குறிக்கும் பறையொலியைக் கேட்டு நடுங்கினேன். நலிதரும் சிறுசிறு தெய்வங்களாய் நாட்டில் பல பெயர் வைத்து, அங்கு பலிதரும் ஆடு, மாடு, கோழியெனப் பல்லுயிர்க் கொலையைப் பார்த்து அஞ்சினேன். புலால் எனும் ஊன் உடம்பின் அசுத்தத்தில் புகுந்த என் தொடர்பை எண்ணினேன். புலால் உண்ணும் மனிதரைக் கண்டு பொறாமல் இளைத்து மனம் புழுங்கினேன். வலை, தூண்டில், கண்ணி வைத்து, வாழும் உயிர்களைப் பிடித்து உண்பதையும், மனிதருள் எளியவர்களை வலியவர்கள் பிடித்துத் துன்புறுத்துவதையும் கண்டு அஞ்சினேன். தலையாய நெறியான சன்மார்க்கத்தைச் சாராமல், அந்தோ, கொலை நெறியில் நின்றோரின் கொடிய குணம் கண்டு அதிர்ந்தேன். உரத்த குரலில் தர்க்கமும், வாதமும் செய்வோரைத் தவிர்த்தேன். பகைத்தவர்க்குப் பயந்து பதுங்கினேன். சண்டை, சச்சரவுகளை வெறுத்தேன். துயரத்தில் கண்ணீர் விட்டவர்களைக் கண்டால், நானும் கண்ணீர் சிந்தினேன்' என்றும்,

'சுபநிகழ்ச்சியின் விருந்துக்கு என்னை அழைத்தால், ஒதுங்கி ஒளித்தேன். இன்புறும் உணவை உண்டால் துன்புறுமே என உண்ணாமல் வெறு வயிற்றோடு இருந்தேன். உடம்பில் பொன் சரிகை நல்லாடை மேல் போர்த்த நான் தவிர்த்தேன். வெய்யிலில் நான் சென்றால் மேற்குடை பிடிக்கவேண்டாமென விலக்கினேன். கை வீசி நடக்க வெட்கப்பட்டுக் கை கட்டியே நடந்தேன். மெய்யெனும் உடம்பைக் காட்டப் பயந்து மேலாடை போர்த்திக் கொண்டேன். நெடுந்தூக்கம், கனவு, சோம்பல் இவை நீங்க அதிகாலையிலேயே எழுந்தேன். கொடுங்கோபம், ஆங்காரம், கொலை, களவு, காமம், மோகம், பகைமை, மதம், மாச்சரியம் இவை போன்ற பாவவினைகளால் விளையும் அழிவுகண்டு உளம் பதைத்தேன்.

பிறர்மேல் கொண்ட கருணையால் நான் உற்ற பயமும், இடரும், துயரும் என்னை உயிரோடு தின்கின்றன. ஆகையால் பகையான இவைகள் எல்லாவற்றையும், இறைவா, உனது அருளால் முற்றிலும் தவிர்த்து இங்கே நான் எண்ணியவெல்லாம் இனிதே முடிக்குமாறு செய்தருளல் வேண்டும். இது என் விண்ணப்பமாகும்,' என்றும், தாமும் உலகினரும் நலம்பெறுமாறு நீண்ட பெரு வேண்டுகோளை முன்வைத்துப் பாடுகின்றார்.

105. சுத்த சன்மார்க்க வேண்டுகோள்

வேண்டுவன எவையென்னும் வேட்கைவெளிப் படுத்துகின்றார்,
ஆண்டவன்திரு வுளம்ஏற்று அருள்வழங்கிட வேண்டும்என்று.

'அப்பா' என்றழைத்து முதற் பாடலிலும், அதன் பின்னர், ஐயா, அண்ணா, அரசே, அம்மா, அச்சா, அறிவா, அருளா, அமலா என்று அடுத்தடுத்த பாடல்களிலும் அருட்பெருஞ்ஜோதியரான ஆண்டவரை அன்புததும்ப அழைத்து, 'நான் வேண்டுதல் கேட்டு அருள்புரிதல் வேண்டும்' என வள்ளலார் தாம் வேண்டுவன என்னென்ன என்பதைத் தொண்ணூறு வரிகள் 'வேண்டும்' என முடியுமாறு அமைத்து இப்பதிகத்தில் தம்வேட்கையை வெளிப்படுத்துகின்றார்.

'ஆருயிர்களுக் கெல்லாம் நான் அன்பு செயல் வேண்டும். எவ்வுலகமும் நான் சென்று உன் அருட்புகழைச் சொல்ல வேண்டும். நான் தவறிழைத்தால் பொறுத்தருளல் வேண்டும். அழியாத தனிவடிவம் நான் அடைதல் வேண்டும். அருட்ஜோதியை என் கையில் அளித்தல் வேண்டும். தலைவ, உனைப் பிரியாத நிலை பெறல் வேண்டும். பண்ணிசைத்து நான் உன்னைப் பாடவேண்டும். பரமானந்தப் பெருங்கூத்து ஆடவேண்டும். சுத்த சிவமார்க்கம் மேனிலை மேல் திகழ்ந்தோங்க அருட்ஜோதி செலுத்துதல் வேண்டும். மெய்த்திரு வடிவில் நீயும் நானும் புணர்ந்து, கலந்து, ஒன்றாகி ஓங்குதல் வேண்டும்,' என்றும்,

'உலகத்தின் உயிர்களுக்கு உறும் துன்பத்தைத் தவிர்த்து இன்புறச் செயல் வேண்டும். செத்தாரை எழுப்பி வாழ்விக்க வேண்டும். ஒத்தார், உயர்ந்தார், தாழ்ந்தார் எனும் பேதமின்றி மக்கள் ஒன்றுபட்டு உலகியல் நடத்தல் வேண்டும். ஒழுக்க நெறியில் மக்கள் நிற்கவேண்டும். அணுவளவும் சினமும், காமமும் அடையாமை வேண்டும். ஆணவமும், கொலையும், புலையும் தீயவையென அகன்றிடல் வேண்டும். எல்லாம் செய்ய வல்ல திறன் எனக்கு அருளல் வேண்டும். என் எண்ணமெல்லாம் இனிது நிறைவேற அருள் புரிதல் வேண்டும். என்னை அடுத்து வந்தவர்க்கெல்லாம் இன்பந் தரல்வேண்டும்,

சாதி, மத வேறுபாடின்றி உலகெங்கும் சன்மார்க்கம் தழைக்க வேண்டும். மருள் நீங்கி மக்களெலாம் மன்றிடத்தே உன்னை வணங்கி வாழ்த்துதல் வேண்டும்;' என்றும் வள்ளலார் தமக்கும் உலகத்தினருக்குமான வேண்டுகோளை வைத்து, இறைவன் ஏற்று இருள் நீக்கி அருள்வழங்க வேண்டுகின்றார்.

106. ஆன்ம தரிசனம்

'நினைத்தனவும், நிகழ்த்தினவும் நின்செயலாய் நான்புரிந்தேன்.
அனைத்தும்அறிந் துளஉனக்கு அடிக்கடிஉரைப் பதுஏன்?'என்பார்.

'திருவெலாம் தரும் ஓர் தெய்வம்' எனத் தொடங்கி அத்தகு தெய்வம் திருச்சிற்றம்பலத்தில் திகழ்வதாக முதற் பாடலில் தெரிவிக்கும் வள்ளலார், தம் இயல்புகள், செயல்கள், விருப்பங்கள் இவையெனத் தனித்தனியே எடுத்துக் கூறி, அவையெலாம் அம்பலத்து அரசின் திருவுள்ளம் அறிந்தவையே ஆதலால் 'அடிக்கடி நான் உனக்கு உரைப்பது என்னவோ!' என ஒவ்வொரு பாடலின் இறுதியிலும் வினவுவதாக அமைத்து இப்பதிகத்தைப் பாடுகின்றார்.

'நினைத்தபோதெல்லாம் உன்னையே நினைத்திருந்தேன். தினையெனும் மிகச்சிறிய அளவும் என் செயல் இல்லை; எல்லாம் சிவன் செயல் என்றே செய்தேன். என்மனம் களித்தபோதெல்லாம் உன்அருள் தன்மையை நினைத்தே நான் களித்தேன். கண்களில் நீர்ததும்பித் துளித்தபோதெல்லாம் உன்னருளை எண்ணியே துளித்தேன். என்னைச் சூழ்ந்தவர்களின் மனத்தைத் தெளிவித்த போதெல்லாம் உன்திறம் கூறியே தெளிவித்தேன். உண்டதும், உவந்ததும், உறங்கியதும், உணர்ந்ததும், உலகியலில் கண்டதும், கலைகள் கற்றதும், காதல் கொண்டதும் உன்னோடு அன்றி நான் தனித்து எனது குறிப்பில் எதுவும் செய்ததில்லை. உலக வாழ்வியலில் ஓர் அணுவளவும் உவகையுற்றதில்லை. மாயையும், கலகமும் செய்யும் துன்பம் விலகும் காலம் வரவேண்டி வருந்தினேன்.

'சாதியும், மதமும் தவிர்ந்தேன். சாத்திரக் குப்பையிலிருந்து அகன்றேன். நீதியும், சத்தியப் பொருளும், நித்திய வாழ்வும், சுகமும் ஆதியும் அந்தமுமில்லாத அருட் ஜோதியே என்றறிந்தேன். பித்தேறிப் பேசுவோரின் பிதற்றல்கள் ஒழிந்து, உண்மையானதும், என்றும் உள்ளதுமான சன்மார்க்க சங்கம் ஓங்குமாறு, அனைவரும் ஒன்றுபட்டு, கள்ளம், வஞ்சகம்,

தடைகளைக் களைந்தெறிந்து விட்டு, நல்ல அருள்நெறியை மிக விரும்பி ஏற்று உள்ளபடியே இவ்வுலகமெலாம் உவகையுறக் கண்டு நான் மகிழ்வது என்றோ எனத் துயரம் கொண்டேன். இவை யாவுமே, இறைவா, நீ அறிந்தவை தாமே! நான் அடிக்கடி உனக்கு உரைப்பது என்னவோ?' என இறைவனிடமே கேட்கின்றார்.

107. அனுபோக நிலையம்

'கலந்தருள், கலந் தருள்' என்று கனகசபை நடத்தரசை
உளந்தனில் உண் டானவேட்கை உந்துதலால் வேண்டுகின்றார்.

'இனிப் பிரிந்து இறையும் இருக்கலேன்' எனத் தொடங்கி, இறைவரைப் பிரிந்து இனியும் சிறுபொழுதும் இருக்கத் தம்மால் இயலாதென வள்ளலார் பிரிவின் பெருவருத்தம் தோன்றப் பதிகம் முழுவதும் கூறுபவராய், 'இதுதருணம் வந்து கலந்தருள், கலந்தருள் எனையே' என முதல் ஐந்து பாடல்களிலும், 'இதுதருணம் வந்து புணர்ந்தருள், புணர்ந்தருள் எனையே' என மற்ற ஐந்து பாடல்களிலும் இறுதி வரிகளில் குறிப்பிட்டு, இறைவரோடு இணைய விரும்பும் அன்பின் வேட்கையை ஆவலுடன் வெளிப்படுத்துகின்றார்.

'தனித்த வெளியிலே இனித்த நடம் செய்கின்ற தனிப்பெருந் தலைவனே, அருட்செங்கோலை நடத்தும் அம்பலத்து அரசனே, இன்பெலாம் அளிக்கும் இறைவனே, அன்பெலாம் ஆகி நிறைந்த அண்ணலே, எனக்கு மாலையை அணிந்த மகிழ்நனே, ஏதுமறியாப் பேதைப் பருவத்தில் என்னை ஆண்டு கொண்டு, என்னை மிக விரும்பி, ஓதும் இனிய மொழியால் பாடுகெனக் கட்டளையிட்ட என்னுயிர்த் துணைவனே, உன்னைப் பிரிந்திருக்க இனியும் என்னால் இயலாது. என் உடம்பும், உயிரும், உள்ளுணர்வும் பரிதவிப்பதை நீ அறியாயோ? நெய்யினால் எரியும் பெரிய தீயைப்போல் எரிந்து எனது உள்ளம் கருகுவதைக் காணாயோ, எங்கணும் கண்ணுடைய கடவுளே! நிலைப்பட என்னை ஆட்கொண்ட நேயனே, உன் பொற்பதத்தையும், புண்ணியத்தையும் தந்து சுகம் புலப்படுமாறு என்னைக் கலந்தருளவும், புணர்ந்தருளவும் வேண்டும்,' என அனுபோகம் எனும் இன்ப நுகர்ச்சியை எதிர்நோக்கும் ஆவலை உணர்ச்சிகரமாக வெளிப்படுத்துகின்றார்.

108. திருமுன் விண்ணப்பம்

வாட்டுகின்ற உடல்,அழியா வடிவில்ஒளி பெறவேண்டி
நீட்டுகின்றார் விண்ணப்பம், நிருத்தன்கேட்டு அருள்புரிய.

'மா மழை மாமணி' எனத் தொடங்கும் இப்பதிகத்தில் வள்ளலார், வாழைக்கனியின் அமுதச் சுவையெனப் பத்தர் மனத்துள்ளே தித்திப்பவனே என்றும், மாற்றில்லாத பொன்னம்பலத்தில் அருள்நடம் புரிந்து ஒளிர்கின்ற பேற்றில் ஆருயிர்க்கெல்லாம் இன்பம் அருளும் இறைவனே என்றும் அழைத்து, 'எனது விண்ணப்பத்தை உன் திருச் செவி மடுத்து அருள்புரிதல் வேண்டும்,' என்று ஒவ்வொரு பாடலிலும் கேட்டுக் கொள்வதாய் விண்ணப்பித்துப் பாடுகின்றார்.

'இலங்கும் பொன்னணிப் பொதுநடம் புரிகின்ற இறைவா, உலகெலாம் துலங்கும் வண்ணம் நின்றருளும் உன்திருவடிகள் எனக்குத் துணையென நினையாமல் கலங்குகின்றேன். அறந்தவறாது அருள்புரியும் உன் அடிமலரைப் பணிந்து, என் முடிமேல் அணிந்து அகமகிழ்ந்து போற்ற மறந்தவனாகி, உனது திருவருள் இல்லாமல் வருந்துகின்ற நான், என்னுடன் பிறந்த இவ்வுடல் இப்பிறவியில் இறந்து அழிவுறாத பெருநலம் பெற விழைகின்றேன். அருளின்றி அஞ்சுகின்ற என் உடல் துஞ்சி மடியாமல், துஞ்சாத சுகவுடல் ஆகுமாறு அருள் புரிவாயாக. வாழும் மானுடப் பிறப்பில் என்னுடல் வாடி வருந்தி வீழும் உடலாக வீழ்ந்திடாமல், அழிவுறாது வாழும் உடலாக, தொல்லுடலாக, அருளுடலாக, ஒளியுடலாக விளங்கும் தன்மையைப் பெறுமாறு அருள்புரிவாயாக!' என வியப்பூட்டும் வகையில் விண்ணப்பம் செய்கின்றார்.

109. முறையீடு

பதிகம்இது முறையீட்டுப் பாடல்களைக் கொண்டுளதால்,
அதிகஇடம் பெறுவதாக அமைந்துளசொல் 'அபயம்'ஆகும்.

'ஒருவாய் அருவாய்' எனத் தொடங்கிக் குருவாய்த் தம் மனத்துள்ளே முன்னமே குடிகொண்ட அம்பலத்து ஆடும் கடவுளை இந்தப் பதிகத்தில் வள்ளலார், ஒளியாயும், வெளியாயும் விளங்கும் அரசே, அமுதே, பதியே, கதியே, பரமே என்றும், கருணாநிதி, கருணாகரன், அருள்நாடகன், நடநாயகன், சுடர்மாமணி என்றும், அடியார்களின் இதயத் தாமரையில் அமர்ந்திருப்பவன் என்றும் அழகுறப் புகழ்ந்து, தமக்கு அபயம் அளிக்கக் கோருபவராய், பெரும்பாலான வரிகளில் 'அபயம்' என்ற அடைக்கலம் வேண்டும் சொல் அடிக்கடி வருமாறு இப்பதிகத்தைப் பாடுகின்றார்.

'தலைவா, சிற்றம்பலவா, தனியனாக இருக்கும் நான் உன்னையன்றி வேறு துணை அறியேன். இனி ஒரு சிறு பொழுதும் தனிமையைத் தாங்கிக் கொள்ள இயலாதவனாக இருக்கிறேன். அபயம் அளிக்கவல்ல நீயே வந்து என் தனிமையைப் போக்கி அருள்புரிவாய் என ஆவலோடு எதிர்பார்க்கிறேன். இருளும், பயமும் கொண்ட மனத்தவன் என்று என்னை இகழாமல், அபயம் கேட்டு முறையிடுகின்ற எனது மருளும், துயரும் நீங்கும்படி வந்து, அருளும், பொருளும், தெருளும் தருமாறு வேண்டுகிறேன். நான் கடின சித்தம் உள்ளவன் என்றும், கொடியவன் என்றும் கருதி, என் பிழையைக் கருத்தில் கொள்ளாமல், உடனே வந்து இடர்தீரும் வழியை எனக்கு அருள்புரிய வேண்டி அபயம் கோருகின்றேன்; அபயம் அருள்வாயாக' என முறையிடுகின்றார்.

110. அருள்விளக்க மாலை

துலங்கும்தம் கவித்திறத்தால் தொடுத்துளார்,சொன் மாலையெனும்
அலங்கல்கள் ஒருநூறும் அருள்விளக்க மாலையென.

'அருள் விளக்கே அருட்சுடரே அருட்ஜோதிச் சிவமே' எனத் தொடங்கி,
தலங்கள் பலவற்றுள்ளும் தனிப்பெருமை பெற்றுளதாய் இலங்கும்
சிற்றம்பலத்து இறைவனிடம் கொண்ட இணையிலாப் பற்றினால் வள்ளலார்,
சொற்செறிவும், பொருட்செறிவும் நிறைந்த சொல்மாலை என்னும்
அலங்கல்கள் ஒருநூறு தொடுத்து அருள்விளக்க மாலையென, ஒப்பிலா
அருட் பண்புகளை உருவகமாய், வருணனையாய் இப்பா வரிசை முழுதும்
ஏத்திப் புகழ்ந்து இசைக்கின்றார். அன்பொடு தாம் புனைந்து சூட்டுகின்ற
சொல்மாலையினைத் தோளில் அணிந்தருளே, தாளில் அணிந்தருளே,
தரித்து மகிழ்ந்தருளே என்றும், அலங்கல் அணிந்தருளே, மாலை
அணிந்தருளே, இசையும் அணிந்தருளே, உரையும் அணிந்தருளே, சொல்லும்
அணிந்தருளே, பாட்டும் அணிந்தருளே, சாற்றும் அணிந்தருளே என்றும்,
மிகத் தன்னடக்கத்துடன் சிறுமொழி ஏற்றருளே, பிதற்றும் உவந்தருளே
என்றும் வெவ்வேறு பாடல்களின் இறுதியில் வருமாறு சொற்றொடர்களை
அமைத்துப் பாடுகின்றார்.

'வானென்றும் ஒளியென்றும் வகுத்துக் கூற அரிய பொதுவில்
வயங்கு நடத்தரசே, கதிக்கு வழி காட்டுகின்ற கண்ணே, விதிக்கும்
உலகுயிர்க்கு உயிராய் விளங்கும் சிவமே, ஏங்கியபோது என்னைத் தாங்கிய
நற்றுணையே, ஒடித்த கொடிபோல் இருந்த எனக்குக் கிடைத்த பெரும்
பற்றே, ஓதி உணர்ந்தவரெல்லாம் என்னைக் கேட்க, என்னை ஓதாமல்
உணரச் செய்த உறவே, எங்கும் ஒளிமயமாகி என் அகத்தும் புறத்தும்
நிறைந்த மெய்ப்பொருளே, இச்சையுற்ற படியெலாம் எனக்கருளும் துரையே,
ஐம்புலன்களுக்கும் இன்பம் தரும் அன்பனே,கோடையின் வெம்மையிலிருந்து
இளைப்பாறுமாறு குளிர்ச்சியையும் நிழலையும் தருகின்ற தருவே, ஓடையில்
ஊறிவரும் தீஞ்சுவைத் தண்ணீரே, அத்தண்ணீர் இடையே மலர்ந்து மணம்
வீசும் மலரே, மேடையிலே வீசுகின்ற பூங்காற்றே, அது தரும் சுகமே,' என

அம்பலத்தில் ஆடும் அரசின் இறைமைப் பண்பையும், அருள்திறத்தையும் விளக்குகின்ற வள்ளலார், மேலும், நாவினிக்கும் முக்கனிகள், நறுந்தேன், பால், நெய், கற்கண்டு, சர்க்கரை, தென்னை இளநீர் எனப் பாடல் இனிக்கக் கூறி, அவற்றைக் கலந்து செய்த சுவைக்கட்டியினும் இனித்திடும் தெள்ளமுது இறைவன் என்பார். தண்மையும், இனிமையுமே தனியரசாம் தெய்வ நடத்தரசின் அரிய அருட்குணங்கள் என்னும் உண்மையை உருவகங்களால் நமக்கு உணர்த்துகின்றார்.

'அண்டங்கள் எனும் அனைத்து உலகங்களையும், அவற்றில் அமைந்த சராசரம் எனும் அசையும் பொருள்கள், அசையாப் பொருள்கள் என உள்ள யாவற்றையும் படைத்தும், காத்தும் அருட்கருணைக் கொடி நாட்டித் திருவம்பலத்தில் தனிச் செங்கோல் நடத்துகின்ற தனியரசே! பிள்ளைச் சிறுவயதில் நான் பெற்றோருடன் வந்து தில்லையிலே உன்னைத் தரிசித்தபோது எனக்குத் திரைவிலக ஆகாய வெளியைக் காட்டிய ஆடலரசே! தெற்றியெனும் திண்ணையிலே நான் பசித்து இளைத்துப் படுத்திருந்த போது, ஒற்றியூர் போய் வந்து பசித்தாயோ, உண்க எனத் திருவமுது அளித்த என் அருமைத் தாயே! ஓங்கிய ஒட்டுத் திண்ணையிலே ஓர்இரவின் பாதியிலே தூங்கிப் புரண்டு வீழாமல் என்னைத் தாங்கிப் பிடித்து அணைத்துக் கீழே கிடத்திய மெய்த்துணையே!

'என் ஆசை அத்தனையும் உன் அருள்வடிவில் நான் எய்திடவும், உன் ஆசை என்னுள் வைத்து நீ உடனிருந்து நிறைவேற்றிடவும், நிறைந்த அருளமுதம் கொடுத்து, நித்தமும் என்னை வளர்த்து, மாண்புறுமாறு நலம் பலவும் தந்து, உலகறிய மேலேற்றி, மணிமுடி சூட்டி, இன்ப வடிவாக்கி, சிறக்க எனை வாழ்த்திய சிவமே! மக்களில் எவரும் பசித்திராதபடி பார்த்துக்கொள் என்றும், கொலை தவிர்த்தார் அனைவரும் நம் குலத்தவரே என்றும், அவர்களில் நான் முதல் மகன் என்றும் கூறியதோடு, ஒருமித்த மனமும், அருள் உள்ளமும் உடையவர்களெலாம் திரண்டு வந்து சுத்த சிவ சன்மார்க்கத்தைச் சார்ந்திருக்கச் செய்து, அருள்நெறியில் அவர்களை இன்புறச் செய்க என்றும் என்னை வாழ்த்தி, அரிய திரு அருட்செங்கோல் அளித்து அருளொளியால் ஆள்க எனப் பணித்த அம்பலத்தரசே!

'நால்வருணம், ஆசிரமம், ஆசாரம் என நவின்ற சரிதமெலாம் பிள்ளை விளையாட்டே என்றும், மேல்வருணம், தோல் வருணம் கண்டு அறிவார் இல்லை என்றும், வேதாந்தம், சித்தாந்தம் கூறும் அந்தமெலாம் உரைக்கும் பொருளைச் சுத்தசிவ சன்மார்க்க நெறியில் அருட்பெருஞ்-ஜோதியைக்

கொண்டு அறிதல் கூடும் என்றும், எனக்கு அதனை அளித்து, எத்தனையோ தவமிருந்து எய்தும் பயன் அத்தனையும் வடலூரில் நான் அமைத்த இத்தருமச் சாலையிலே ஒரு பகலில் எனக்கு அளித்தனையே, என் அருளரசே!' என்று இங்ஙனம் அருள்விளக்க எழில்மாலை தொடுத்தவராய் மன்றிறைவன் அணிந்தருள மனமுருகி வேண்டுகின்றார்.

111. சிவயோக நிலை

அன்பால்அருள் ஓங்கமுதம் அருந்திக்களிப் புறவிரும்பி
வெண்பாபத் திலும்அந்த வேட்கைவெளிப் படுத்துகின்றார்.

'மதி மண்டலத்து அமுதம்' எனத் தொடங்கும் இப்பதிகத்தின் ஒவ்வொரு பாடலிலும் அம்பலத்து அரசர் அளிக்கும் அருளமுதத்தை அருந்த ஆவலுடையவராய், தேவே என்றும், திருவே என்றும், தேனே என்றும், ஞான தேகா என்றும் இறுதி வரிகளில் சிவனை அழைத்துக் கதவைத் திறவென்று வள்ளலார் கேட்டுக்கொள்கிறார். அவர் அவாவும் அவ்வமுதத்தை அருளார் அமுதென்றும், தூயதிரு அமுதென்றும், தண்ணமுதம் என்றும், ஞானோதய அமுதென்றும் வருணித்துப் போற்றுகின்றார்.

'சிவனே, சிற்றம்பலத் தேனே, நந்தா மணிவிளக்கே, நல்வாழ்வளிக்கும் நடராயா, வானே, எம்மானே, பெம்மானே, ஏகா, அநேகா, எழிற்பொதுவில் வாழும் ஞான தேகா, கோவே, என் குருவே, எனை ஆண்ட தேவே, பவனே, பரனே, தவநேயர் போற்றும் தயாநிதியே, அருளோங்கும் திருவமுதை வாயார நான் அருந்தி, மருள் நீங்கி மகிழ்ந்து வாழவும், வானோர்க்கும் அரிய பொருளென்றும், எல்லாமும் வல்ல அற்புதச் சத்தியை அளிக்க வல்ல தென்றும் மாமறைகள் சொல்கின்ற நல்லார் அமுதத்தை நான் உண்டு நலம் பெறவும், ஈன உலகத்து இடர் நீங்கி இன்புறவும், ஜோதிமலை மேல்வீட்டில் நான் இருந்து நிலைபெறவும் பதிமண்டலத்து அரசு நடத்தவும் கதவைத் திறந்தருள்வாயாக!' என வேண்டுகின்றார்.

112. உறுதி கூறல் -1

தக்கநெறி முறையின்றி தாறுமாறாய் வாழ்கின்ற
மக்கள்நிலை கண்டவராய் மனம்வருந்திப் பாடுகின்றார்.

'**க**ட்டோடே கனத்தோடே' எனத் தொடங்கும் இப்பதிகத்தில் வள்ளலார், மக்களுக்கு இயல்பாக இருக்க வேண்டிய மனிதப் பண்புகளாகிய இரக்கம், தயை, அன்பு, ஒழுக்கம் போன்றவை இல்லாமல் தன்னலமே நினைப்பவர்களாகவும், துன்மார்க்கத்தில் சென்று தவ-றிழைப்பவர்களாகவும் உள்ள அவல நிலையைக் கண்டு கவலையுற்றவராய், 'பித்துலகீர்' என்று பாடல்தோறும் அழைத்து அவர்களின் செயல்பாடுகளைச் சுட்டிக் காட்டிக் கண்டிக்கும் விதத்தில் பாடுகின்றார்.

'பட்டோடும் நகையோடும் பகட்டாக வாழ்ந்து, கொட்டோடும் முழக்கோடும் கோலமாய் வலம் வருகின்றீர். குணத்தோடும் குறிப்போடும் வாழ்வதைத் தவிர்த்தீர். இச்சை வலையில் கண்மூடி வீழ்ந்து இட்டப்படி நடக்கின்றீர். வறியவர்க்குப் பிச்சையிட்டு உண்ணுவதில் பிற்பட்டு நிற்கின்றீர். வட்டிமேல் வட்டி பெறும் வழிகளிலே போய்ப் பொருளீட்டிப் பெட்டி மேல் பெட்டி வைத்துப் பெருவளத்தோடு இருக்கின்றீர். எட்டிமரம் போல் வளர்ந்து, கொட்டியெனும் நீர்க்கொடி போல் கிளைத்துள்ளீர். பட்டினியாய்க் கிடப்போரைப் பார்க்கவும் மாட்டீர், பசி நீங்கப் பழங்கஞ்சியும் தாரீர். வன்சொல்லே பேசுகின்றீர். வாய்மையும் உண்மையும் பேச்சில் மறந்தீர். கருணை என்பது இலராய், கைகட்டி வாய் பொத்தி நிற்பாரைக் கண்டு கைகொட்டிச் சிரிக்கின்றீர். கற்கவேண்டியதைக் கற்காமல் காலம் கழிக்கின்றீர். புன்செயலே புரிகின்றீர். காமமெனும் இருளில் கண்மூடித் திரிகின்றீர். மனம் போன வழியிற் போய் பழிபடுகின்றீர். தூங்குகின்றீர்; விழிக்கின்றீர்; வேறெதையும் செய்திலீர்.

'பன்மார்க்கம் சொல்கின்ற படியெல்லாம் சென்றாடும் பழக்கம் உடையீர். துன்மார்க்கத்தில் நிலைகெட்டீர். தூயநெறி சென்றறியீர். சன்மார்க்க சங்கத்தைச் சார்ந்து கலந்திட நினையீர். கண்ணாகக் காக்கின்ற கடவுளை நினைத்து ஒருநாளும் கண்ணார நீர்விட்டுக் கருத்தில் வைக்க அறியீரே,' என தக்க நெறி முறைகளைப் பின்பற்றாமல் வாழ்கின்ற மக்களின் இழிநிலை கண்டு வருந்திப் பாடுகின்றார்.

113. உறுதி கூறல் -2

◄━━━━◆◆◆◆◆◆━━━━►

சித்திபுரம் எனவோங்கும் உத்தரசிற் சபையதனில்
அத்தன்அருள் நடம்புரியும் அமயம்,மக் களைஅழைப்பார்.

'**சா**தியிலே மதங்களிலே' எனத் தொடங்கிப் பாடும் இப்பதிகத்தில் வள்ளலார், மக்கள் வாழும் இழிவான நிலையை அவர்களே அறியுமாறு எடுத்துக் கூறி இரங்குபவராய், நன்னெறிக்கு வருமாறு அறிவுறுத்தி,நடராசப்பெருமானின்அருள்கிடைக்கப்பெறுமாறுஅவர்களைச் சித்திபுரம் என வழங்கும் உத்தரசிற்சபைக்கு வர அழைக்கின்றார்.

'சாதி, சமய நெறிகளிலும், சாத்திரக் கூச்சல்களிலும், கோத்திரச் சண்டைகளிலும் விருப்பம் வைத்து அலைந்து அழிவது அழகன்று, உலகினரே! ஆற்று வெள்ளம் வருவதற்கு முன்னமே அணைபோட அறியாமல் வேற்றுப் பேச்சுகள் பேசி வீண்காலம் கழிக்கின்றீர். பொய்விளக்கம் தந்து பொழுதெல்லாம் புலையும் கொலையும் புரிகின்றீர். கைவிளக்கைப் பிடித்துக் கொண்டே பாழும் கிணற்றில் விழப் பார்க்கின்றீர். உடல் பருக்க உணவு உண்ணவும், உறங்கவுமே அறிவீர். மடமை செலுத்தும் வழியிற்போய் மயங்குகின்றீர்.மனதை அடக்கும் வழியை அறியாமல், பொய்வாழ்க்கையில் வரும் இன்ப துன்பத்தில் ஆழ்ந்து இளைக்கின்றீர்,' என்றும்,

'புரையோடிய புண்ணென்று ஆகிய உயர்ந்த குலம், தாழ்ந்த குலம் என்பது புழுக்குலப் பிரிவினையே என்று இன்னும் உணராது இருக்கின்றீர். நரையும், மூப்பும், மரணமும் அறியாதவரே நற்குலத்தார் என்று அறியீர். நீதியிலே, சன்மார்க்க நிலையினிலே நம்மை நிறுத்த நிருத்தமிடும் தனித்தலைவன் வந்து அருட்ஜோதி விளையாடல் புரிய சித்திபுரம் எனச் சிறந்தோங்கும் உத்தர ஞான சிதம்பரச் சிற்சபையில் அருள்நடம் செய்யும் அருமையான தருணம் இது. இங்கே வருவீராக,' என்றும் அவலநிலை நீங்கி மக்கள் அருட்ஜோதி அருள்பெற்றுக் கவலையற வாழக் கனிவுடன் அழைக்கின்றார்.

114. ஞான சரியை

ஊன், உயிரோடு உளங்கலந்து உருகிஇவர் பாடுகின்ற
ஞானசரியை முதற்பாட்டே நமைஈர்த்து நெகிழவைக்கும்.

'நி'னைந்து நினைந்து' எனத் தொடங்கும் முதற்பாடலே வள்ளலார் கொண்ட பத்திச் செறிவின் முதிர்வைப் பரவச நிலையில் வெளிப்படுத்துவதாகவும், அவருடன் சேர்ந்து நாமும் அத்தகைய பத்தியில் மூழ்கும்மாறு நம்மை ஈர்த்து, ஊனும், உயிரும், உள்ளமும் ஒன்றி அவர் பாடுவதை வியக்கத் தூண்டுவதாகவும் அமைந்து, ஒப்பில்லாத வகையில் பத்தி உருக்கத்தைச் சித்தரித்துக் கேட்போரின் கல்மனதையும் இளகுமாறு செய்ய வல்லதாக உள்ளது. நினைந்து நினைந்து, உணர்ந்து உணர்ந்து, நெகிழ்ந்து நெகிழ்ந்து, அன்பு நிறைந்து நிறைந்து ஊற்றெழும் கண்ணீரதனால் உடம்பு நனைந்து நனைந்து, கனகசபை அரசர்பால் கனிந்து கனிந்து உருவான கரையிலா அன்பு மேலீட்டைக் குறிப்பிடுகின்றார். மனம் உருகுவதும், கண்களில் நீர் பெருகுவதும், அரிய பத்தித் திறனுக்கு அறிகுறிகளாகும். 'காதலாகக் கசிந்து கண்ணீர் மல்கி' என தேவாரத்தில் ஞானசம்பந்தர் பாடுவது இங்கு நினைவுகூரத் தக்கது. தொடர்ந்து முதற்பாடலில் வள்ளலார் இறைவனை வனைந்து வனைந்து அதாவது அழகுக்கு அழகு செய்யும் விதத்தில் அலங்கரித்து அலங்கரித்து, வாழ்த்திப் புகழ்ந்து கொண்டாடுவோம், உலகினரே, வாருங்கள்' என மக்களை அழைத்துப் பாடுகின்றார்.

கருணைமனக் கடவுளாடும் கனகசபைக்கு அழைக்கின்றார்,
மரணமிலாப் பெருவாழ்வை மக்கள்பெற்று இன்புறவே.

'ஞான நடத்தரசே, என் உரிமை நாயகனே' என இறைவனைப் புகழ்ந்து, அடுத்து வரும் பாடல்கள் அனைத்தும் அந்தாதி அமைப்பில் தொடர்வன ஆகும். மக்களைச் சிற்சபை மன்றத்துக்கு மனம் விரும்பிவர அழைப்பவராய்ப் பாடுகின்றார்: 'நீங்கள் பிறர்இல்லை; நான் உங்களுக்கு நேய உறவு அல்லாதவன் இல்லை. யார் வரவும் தடையில்லை. நான் உங்களை

அழைக்கின்றேன். நம்மை வேறுபடுத்தும் வேற்றுமையின் வேர் அறவே விலகிச் சீர்சிறப்பு பெறுமாறு சன்மார்க்கச் சிவநெறிக்கு வந்திடுவீர். நான் சொல்லும் வார்த்தைகள் எல்லாம் நாயகன் நடராசனின் வார்த்தைகளே. ஏன் சொன்னேன் இதை என்றால் என்னைப் போலவே நீங்களும் சுகம் பெற வேண்டுமென்ற இரக்கத்தால் சொன்னேன். நான் வேறு, நீங்கள் வேறென்று நான் எண்ணவில்லை.

'அன்புடையீர், இங்கு வாரீர். ஆடலரசைத் தொழுது இன்புறுவீர். எல்லாம் செய்யும் வல்லமையாகிய சித்தி பெற்றிடுவீர். மனத்தில் பதிந்துள்ள மதக் கொள்கையெல்லாம் பொய்யென மறுத்து ஒதுக்கிடுவீர். சிவம் ஒன்றே அறிந்து கொள்ள வேண்டிய மெய்ப்பொருள் என்றும், திருநெறி ஒன்றே, அது சமரச சன்மார்க்கச் சிவநெறி என்றும் உணர்ந்திடுவீர். சிறந்தோங்கும் சன்மார்க்கத்தில் சேர்ந்து, சிற்சபை அமுதம் அருந்தி, பிணியையும் மூப்பையும் ஒழித்து, பிறந்த பிறப்பாகிய இதிலேயே நித்திய மெய் வாழ்வும், பேரின்பமும் பெற்றிடலாம், வாரீர்.

'பொன்னம்பலத் திருச்சபையில் பொருந்தி நடம் புரிகின்ற அருட்பெருஞ்ஜோதியான நம் தலைவன் பெருங்கருணை வடிவத்துடன் வருகின்ற தருணம் இது என்று அறிவீர். நான் சொல்வதை ஏற்று நற்சபையாம் பொற்சபைக்கு வந்து நலமுறுமாறு வரங்களெலாம் பெற்றிடலாம், உலகினரே, வாருங்கள். அதுவன்றி மரணமிலாப் பெருவாழ்வும் வாழ்ந்திடலாம், வாருங்கள்,' என கருணைமனக் கடவுள் ஆடும் கனகசபைக்கு அன்புடன் அழைக்கின்றார்.

115. அனுபவ மாலை

நடராஜ பதிமணந்த நாயகியாய்த் தமைவைத்துத்
தொடராக அடைந்தபேற்றைத் தோழிக்குச் சொல்லுகின்றார்.

'அ'ம்பலத்தே திருநடம் செய் யடிமலர்' எனத் தொடங்கி 'என் முடி மேல்
அணிந்து கொண்டேன். அன்பொடு என் ஆருயிர்க்கும் அணிந்தேன்'
எனத் தொடரும் முதல் பாடலிலிருந்து இறுதியில் வரும் நூறாவது பாடல்
வரையிலும் வள்ளலார், தம்மை நங்கையென வைத்துத் தமது நாயகன்
நடராசரெனப் பொங்கும் அன்பு பாவனையில் புனைந்துள்ளார், இப்
பாமாலையை. 'வான் கொடுத்த சிற்சபையில் திருநடம் செய் வல்லவர்
நன்மலர் எடுத்து என் உளத்தே தான் கொடுக்க, நான் வாங்கித் தொடுத்தது
இது' என அணிவிக்கின்றார். 'என் மாலை இறைவரையே இலக்கியமாய்க்
கொண்டு இசைப்பதனால், நன்மாலையாகும் இந்தச் சொன்மாலை'
என்கின்றார்.

தற்பர நடராசரைத் தந்தையும், தாயும் என்றே துதிக்கும் இவர்,
சிந்தையில் தோய்ந்த அன்புத் செறிவினால் உந்தப்பெற்று, நாயகன்-நாயகி
பாவம் நளினமாய் அரங்கேறுமாறு தூய காதல் உணர்வினைத் துடிப்பொடு
வெளிப்படுத்துகின்றார். ஆணும், பெண்ணும் கலந்து அடைவது இல்லற
இன்பம். அருளாளராகிய வள்ளலார் அம்பலத்து இறைவரோடு கலந்து
அடைந்தது ஆன்மிக இன்பம். கணவனின் வருகையை எதிர்பார்க்கும் காதல்
மனையாளைப் போல் நினைவையெல்லாம் சிற்சபை நிருத்தர் மேல் பதித்து
அவரளித்த சுகம் அனைத்தையும் உடனிருக்கும் தோழிக்கு எடுத்துரைப்பது
போல் பாடல்களைப் பாடுகின்றார்.

'நடராசர் என்னை ஞானமணம் புரிந்து நாயகி பதம் அளித்து என்னோடு
கலந்தார். கற்பூரம் என்னுடம்பு முழுவதும் மணக்கின்ற-தென்றால்,
கணவரின் திருமேனியிலே நான் கலந்த மணம் தான் அது. நற்பூதி அணிந்த
அவரின் திருவடிவு முழுவதும் நான் கண்டு புணர்ந்ததனால், நானும்
அதுவானேன். அவர் பொன்வண்ணம் கொண்டிருந்தை நான் நினைக்கும்

போதெல்லாம் பேரானந்த போக வெள்ளம் என் வடிவில் பொங்கிப் பெருகியதை நான் உணர்ந்தேன். மணவாளர் என்னை மலரணை மேல் அணைந்த போது அவர் வடிவென்றும், என் வடிவென்றும் பிரித்தறியா அளவு பெருஞ்சுகத்தை அடைந்தேன். ஓங்கிய நிலாமண்டபத்தில் அவருடனே உவட்டாத தெள்ளமுதம் உண்டு பசி தீர்ந்தேன். அவர் என்னை இரவும் பகலும் அணைந்து இன்புறச் செய்வார். நான் கண்ணுறங்காமல், அவர் வரக் காத்திருப்பேன். உறங்கினாலும் என் கனவில் கலந்திருப்பார். மண்ணுறங்கும், மலையுறங்கும், மற்றுமுள எல்லாமும் உறங்கும்; நமது பெண்ணுறங்க மாட்டாளெனத் தாயர்கள் பேசி மகிழ்வர். ஈசராகிய என் உயிர்த்தலைவர் வந்தால் ஆசை வெட்கம் அறியாது நான் அவரைத் தழுவி அணைத்து மகிழ்வேன்,' என்றும்,

'பொய் பிடித்தவரெல்லாம் புறத்தே இருக்க, பொது நடத்தரசர் என்னிடம் மெய் பிடித்தாய். சன்மார்க்கம் மேலோங்கச் செய் என்று சொல்லிக் கை பிடித்தார். நான் அவரின் கால் பிடித்துக் கொண்டேன். உலகினர் காண உனக்கு உவந்து மாலையிட்டோம். இனி உன்னைக் கைவிட மாட்டோம். அழியா வாழ்வு வந்தது உனக்கு. ஏழுலகும் மதிக்குமாறு நீ வாழ்க என்று வாழ்த்தியதோடு கணையாழியைக் கொடுத்து, என் கையில் கங்கணமும் கட்டினார். அருட்ஜோதிக் கணவரை நான் ஆரத் தழுவிய தருணம் இருட்சாதித் தத்துவம் போய் எங்கும் ஒளி மயமாகி, புறப்புணர்ச்சி புரிந்து என்னைப் புத்தமுதம் உண்ண வைத்தார். அகப்புணர்ச்சி புரிந்தும் சிவ ஆனந்தம் அடையவைத்தார். புறப்புணர்ச்சி ஒளிவடிவாய்ப் பொலிவுறச் செய்தது என்னை. அகப்புணர்ச்சியின் போது நான் மிக உணர்ச்சிமயமானேன். புணர்ந்ததன் பின் சன்மார்க்கத் திருச்சபையில் புகுந்தேன் என உணர்ந்தேன். அப்போது என்னை வாழ்த்துதற்கு அவரும் என் உடனிருந்தார். பாடும் எனது பாட்டெல்லாம் பொன்னம்பலப் பாட்டாகி, ஆடும் துரை திருவடிக்கே அணிந்தேன், சொல்மாலைகளாய்,' என்றும் ஆண்டவரோடு வள்ளலார் இணைந்து அடைந்த அனுபவத்தை நீண்ட நூறு பாட்டுகளில் விவரித்து நெஞ்சினிக்கப் பாடியுள்ளார்.

116. சமரச நிலை

சன்மார்க்கம் உலகெங்கும் தழைத்திடவும், தயவறியாத்
துன்மார்க்கம் தொடராது தொலைந்திடவும் அவாவுகின்றார்.

'**சி**த்திபுரத்தே' எனத் தொடங்கும் இப்பதிகம் வெண்பாப் பாடல்களைக் கொண்டதாய், வள்ளலாரின் சமரசநிலையைச் சாற்றுவதாகவும், சுத்தசிவ சன்மார்க்கம் துலங்கி ஓங்க வேண்டும் என்ற தணியாத ஆவலையும், அருள்சார்ந்த அரசாட்சியே அமைய வேண்டும் என்ற அவாவையும் வெளிப்படுத்துவதாகவும் பாடப்படுகிறது.

'சித்திபுரச் சிவபரமே, நல்லவரும், என்னை நயந்தவரும், நன்மை செய்ய வல்லவரும், என்னை வளர்த்தவரும் ஆகிய நீரே என் எல்லாம் என நினைப்பதுடன், நீர் பெற்ற சேயே நான் என்றுள்ளேன். அம்பலத்தார் தமது காலை ஆடுவதற்கு மேலெடுத்தார் என்பார்கள், அனைவருமே. ஆனால் நானோ, என் தலைமேல் சூடுவதற்குத்தான் எடுத்தீர் என்பேன்.

'உலக மக்களின் இழிவான புல்லொழுக்கம் போயொழிந்து, நல்லொழுக்கம் கடைப்பிடித்து நலம் பெற வேண்டுமென விழைகின்றேன். சுத்தசிவசன்மார்க்கத் தலைவரே, நீர் போற்றும் என்மார்க்கம் உம் மார்க்கமே. அத்தகைய சன்மார்க்கம் உலகெங்கும் தழைத்திடவும், தயவறியாக் கொடிய துன்மார்க்கம் எவ்விடத்தும் இல்லாமல் தொலைந்திடவும் வேண்டுமென விரும்புகின்றேன். அச்சம் தவிர்த்து அருளாட்சி செலுத்துதற்கு இச்சை கொண்ட அரசே அமையவும், கருணை இல்லாத அரசாட்சி விரைந்தொழிந்து, அதற்குப் பதில் அருள்நயந்த சன்மார்க்கர் ஆளவும் வேண்டுமென அவாவுகின்றேன். நல்லோர் நினைத்த நலம் பெறுக. ஒன்றே சிவம் என்றுணர்ந்து, நன்றே நினைத்து எல்லோரும் இசைந்து வாழ்க,' எனப் பாடுகின்றார்.

117. சரணடைதல்

'யாவும்எனக்கு நீஆதலின், யான்உன்அடைக் கலம்'என்பார்,
பாவின்இறுதி ஒவ்வொன்றிலும் பரமனைச்சரண் அடைபவராய்.

'எண்ணா நின்றேன்' எனத் தொடங்கி 'எண்ணமெலாம் எய்த அருள் செய்கின்ற தண்ணார் அமுதே, கண்ணார் ஒளியே' என்றும், 'அண்ணா, அய்யா,அம்மா,என்அப்பா'என்றும் அம்பலத்து அரசை அழைத்து அடைக்கலம் வேண்டும் முதற் பாடல் போலவே, அடுத்து வரும் பத்துப் பாடல்களிலும் 'அடியேன் உன் அடைக்கலமே' என்றும், 'யானுன் அடைக்கலமே' என்றும் சரணடையும் ஆவலை வள்ளலார் வெளிப்படுத்துகின்றார்.

'கட்டுக் கடங்காத என் மனக்குதிரையைக் கட்டும் இடத்தில் கட்டுவித்து, மட்டுக் கடங்காத ஆங்காரத்தை அடக்குவித்து, ஆசைகளை அகற்றுவித்து, மனக் கல்லும் கனியக் கரைவித்து, கருணை அமுதம் உவந்தளித்து, அல்லும் பகலும் என் உளத்தே அமர்ந்து, இருள் நீக்கி, என் எண்ணமெலாம் இனிதே நினைவுறச் செய்து, மருள் நீக்கி, மெய்ஞ்ஞான வாழ்வை அடையும் வகையில் தெருளெனும் தெளிவளித்து, சித்திநிலை பெறுமாறு அருள் கொடுத்து, உன் திருவடியை என் தலைமேல் பொருந்தப் பொருத்தி, என்னை ஆட்கொண்ட ஆண்டவனே, அடியேன் உன் அடைக்கலமே. இகத்திலும், பரத்திலும் பெறத்தக்க பலன்களை எல்லாம் இப்பிறவியிலேயே பெறவைத்து அழியாத நிலைமேல் என்னை ஏற்றிவைத்து உலகினர் பாராட்டுக்கு உரியவனாக என்னை உயர்வுறச் செய்தாய். இவ்வுலகில் யாவும் எனக்கு நீயே ஆதலால் யான் உன் அடைக்கலமே,' என்று கூறிச் சரணடைகின்றார்.

118. தனிப்பாடல் - 'காற்றாலே'

'எதனாலும் அழியாஉடல் ஈகளென நான்கேட்டேன்;
அதனாலே இறைவர்அதை அளித்தார்'என மகிழ்கின்றார்.

'**கா**ற்றாலே' எனத் தொடங்கித் தனித்த பாடலாக இடம் பெறும் இப்பாடல், வள்ளலார் தாம் விழைந்தவாறே, அழியாது நிலைத்திருக்கக் கூடிய உடலினைப் பெறுவதற்காக அருட்பெருஞ்ஜோதியரான இறைவரிடம் வைத்த வேண்டுகோளையும், அது நிறைவேறியதால் உண்டான மகிழ்ச்சியையும் கொண்டாடிப் பாடுவதாக அமைந்துள்ளது.

பிறந்த எந்த ஒரு மனிதனும் நிரந்தரமின்றி, ஏதோ ஒரு காரணத்தால் இறந்துதான் போக வேண்டும் என்பது இயற்கையின் விதி. இருப்பினும் இணையில்லாத அருளாளராகிய வள்ளலார் இறப்பின்றி வாழ விரும்பி இறைவனிடம் விண்ணப்பிக்கின்றார். இறப்பை உண்டாக்கும் இயற்கைக் காரணிகளான பெருங்காற்று, புவியதிர்ச்சி, வானத்து இடி, மின்னல், பெரு நெருப்பு, பெருவெள்ளம், கடுஞ் சூரிய வெப்பம், கூற்றுவன், நோய், கொலைக்கருவி, கோள்களின் ஆதிக்கம், கொடுஞ்செயல்கள் மற்றும் வேறெதனாலும் எந்நாளும் அழிவுறாத உடலதனைக் கொடுத்தருள்க என்று வேண்டியதாகவும், அருட்பெருஞ்ஜோதியராகிய இறைவனும் அதற்கு இசைந்து ஏற்றுக் கொண்டு விரைந்து அவ்வாறே அளித்தார் என்றும், உலகினரும் அவ்விறைவரைச் சார்ந்து வேண்டியதைப் பெறலாமென்றும் கூறிப் பாடுகின்றார்.

119. நடனக் காட்சி

'தேவாதி தேவே, உன் திருநடத்தால் மலர்ப்பாதம்
நோவாதா?' எனக்கேட்பார், நுகைந்தஅருள் மனத்தவராய்.
(நுகைந்த – இளகிய)

'மின்னிடையாள் காண்' எனத் தொடங்கும் இத்தனிப் பாடல், சிற்றம்பலத்து அரசரையே சிந்தித்தும், அவரது திருவுருவத்தையே வந்தித்தும் வாழ்த்திப் பாடுகின்ற வழக்கமுடைய வள்ளலார், இறைவர் புரியும் திருநடத்தால் அவரது திருவடிகள் நோவாதா என்று, கொண்ட அன்பின் காரணமாகவும் அருள் உள்ளத்தின் காரணமாகவும் ஐயமுற்று வினவுவதாக அமைந்துள்ளது.

**வாடியபயிர் கண்டு, உள்ளம் வருத்தமுற்றவர் இவர்ஆதலின்
ஆடியபாதம் வலிக்கும்எனும் அச்சம்வெளிப் படுத்துகின்றார்.**

'அம்பலத்தில் உன்னைத் தரிசிக்க ஆவலுடன் வந்த அடியார்களெல்லாம் கண்டு ஆனந்தம் அடையுமாறு ஆடுகின்ற அரசே, உன் அழகு மலர்ப்பாதம் நோவாதா? அன்பர்கள் கேட்பதை அளித்து இன்புறச் செய்யும் இறைவா, உன் இணையடிகள் நோவாதா? அவமெனும் குற்றம் நீங்கி அனைவரும் மகிழ்ந்திருக்க ஆடுகின்ற சிவமெனும் சிற்றம்பலவா, உன் சேவடிகள் நோவாதா? சைவம் நிலைத்துத் தழைத்தோங்க ஆடுகின்ற தெய்வமணியே, உன் திருவடிகள் நோவாதா? தற்பரமா மன்றதனில் தனித்த நடம் புரிகின்ற சிற்பரமே, உன் திருமேனி நோவாதா? வில்வமாலை கழுத்தில் விளங்கி அசைய ஆடுகின்ற செல்வமே, உன் திருமேனி நோவாதா?' என ஓய்வின்றி நடம்புரிந்து உலகு காக்கும் இறைவர்க்கு உடலும், காலும் நோவாதா என வருந்தும் நோக்கில் வள்ளலார் வினவிப் பாடுகின்றார்.

120. பேரன்புக் கண்ணிகள்

'எண்ணியதிரு வுளப்படியே, எனக்குஅதனைச் செய்க'எனக்
கண்ணியயில்அன் புடன்வேண்டிக் கடவுள்அருள் நாடுகின்றார்.

'கற்றதென்றும்' எனத்தொடங்கிக்கண்ணி எனும் ஒருவகை இசைப்பாட்டு தொடுத்துப் பதினான்காக வரும் ஒவ்வொரு கண்ணியின் இறுதியிலும் 'ஐயாவே' என்று அம்பலத்து அரசரை வள்ளலார் அன்போடு அழைத்துப் பாடுகின்றார். 'அன்பு வைத்தேன்' என்று சில கண்ணிகளில் கூறி இறைவர் மேல் இவர்க்குள்ள அன்பையும், அதற்கு இணையாக 'அன்புடைய ஐயாவே' என்று பிற கண்ணிகளில் கூறி இறைவர் இவர் மீது கொண்ட அன்பையும் புலப்படுத்துகின்றார்.

'நான் அந்தமெனும் முடிவில்லாத நலம் பெற எண்ணி நற்சபையில் நிகழும் ஆனந்த நாடகத்துக்கு அன்பு வைத்தேன். வாடலும், சாதலும் வராத வகையில் வரம் கொடுக்கும் என்று அம்பலத்தில் ஆடலும், அருளும் புரிவதுமான திருவடி மலர்களுக்கே அன்பு வைத்தேன். பூசை செய்து பெற்ற உன் பொன்னடியே என் துணையெனக் கொண்டு, அதன்மேல் ஆசை வைத்தேனே அன்றி வேறு எதன்மேலும் ஆசைப்பட மாட்டேன்.தேசு எனும் ஒளி பொருந்திய உன் அருளாகிய தெள்ளமுதம் உண்ணுதற்கு என்னுள்ளே ஆசை பொங்குகின்றது. மாசில்லாத உன் அருள் என்னும் மாமணியைப் பெற்று மகிழ்ந்தாட என்னுள்ளே ஆசை பொங்குகின்றது. எவ்வண்ணம் உன் கருத்து இங்கே என்னளவில் எண்ணியதோ, அவ்வண்ணம் செய்தருள்வாய், அன்புடைய ஐயாவே,' என்று பாடுகின்றார்.

121. வேட்கைக் கண்ணி

கனகசபை அரசைத்தம் கணவரென வரித்தபெண்ணாய்,
அநேகமுறை வேட்கையுடன் 'அணையவாரீர்' என்றழைப்பார்.

'அணையவாரீர்' எனத் தொடக்கமே அழைப்பாக அமைந்தது மட்டுமின்றி, இப் பதிகத்துப் பாடல்களின் ஒவ்வோர் அடியின் இறுதியிலும் கூட அந்த அழைப்புச் சொற்றொடரே வருமாறு வள்ளலார் இக்கண்ணியைப் பாடுகிறார். அம்பலத்தின் அரசரைத் தம் நாயகராக வரித்து அவரின் பெருமையை அடிதோறும் வருணித்து, அணைய வாரீர் அதாவது சேர்ந்து இணைந்திட வாரீர் என்றழைத்துத் தம் காதல் வேட்கையை வெளிப்படுத்துகின்றார்.

'உலகமெலாம் உடையவரே, ஓதியுணர அரியவரே, அலகறியாப் பெருமையரே, அருட்ஜோதி வடிவினரே, இலகு சபாபதியவரே, இறைமையெல்லாம் நிறைந்தவரே, ஆதி அந்தம் இல்லவரே, அன்பர் குறை தீர்ப்பவரே, சாதிமதம் தவிர்த்தவரே, சத்தியரே, நித்தியரே, எல்லாம் செய்ய வல்லவரே, எல்லார்க்கும் நல்லவரே, என் பாட்டை ஏற்றவரே, எனை மாலை இட்டவரே, கருணை நடம் செய்பவரே, கண்ணனைய காதலரே, அருள் நிறைந்த சிற்சபை அரசரே, அரைக் கணமும் இனி நான் பொறுத்திரேன். காதல் பொங்குகின்றது; கலந்து புணரும் தருணம் இது; என்னை அணைய வாரீர்; அணைய வாரீர்,' என இணையிலா அன்புடையவராய் இறையவரை அழைப்பதாகப் பாடுகின்றார்.

122. ஆடலமுதக் கண்ணி

பாடல்வரி ஒவ்வொன்றிலும், பத்திப்பர வசநிலையில்,
ஆடலரசைத் தம்முடனே 'ஆடவாரீர்' என்றழைக்கிறார்.

'ஆடவாரீர் என்னோடு ஆடவாரீர்' எனத் தொடங்கி, அம்பலத்தே ஆடுகின்ற அரசரைத் தம்மோடு ஆட வருக என அழைப்பதாக இக்கண்ணியின் பதினோரு பாடல்களையும் வள்ளலார் அழகாகப் பாடுகின்றார். பாடல்களின் வரிதோறும் இறைவரின் சீர்கூறி, ஆட வாரீர் என்றும், ஒவ்வொரு பாடலின் முடிவிலும் 'என்னுடைய நாயகரே, ஆட வாரீர்' என்றும் அழைப்பு விடுத்துப் பாடுகின்றார்.

அண்டமெலாம் கண்டவரே என்றும், அகண்ட பரி பூரணரே என்றும், பண்டமெலாம் படைத்தவரே என்றும், பற்றும் வீடும் அற்றவரே என்றும், கொல்லா நெறியைக் கூறியவரே என்றும், கூற்றுவனை உதைத்த திருவடியை உடையவரே என்றும் இறைவரைப் புகழ்ந்து கூறித் தம்மோடு ஆடவருமாறு அழைக்கின்றார். மேலும், 'தொன்மையான மறைமுடி மீது அமர்ந்தீர். இன்மை தவிர்த்து என்னை மணந்தீர். என் உயிருக்கு உயிரானீர். என் அறிவுக்கு அறிவானீர். என்னுடைய அன்பிற் கலந்து அகத்தே உள்ளீர். சன்மார்க்க நெறியை வைத்தீர். சாகாத வரம் தந்தீர். சொற்களால் போற்றிப் புகழும் பொருளானீர். சுத்த அருட்ஜோதியரே, என்னுடைய நாயகரே, என்னோடு வந்து ஆடவாரீர்,' என அன்போடும் ஆசையோடும் ஆண்டவரை அழைக்கின்றார்.

123. திருவுந்தியார்

'உந்தீபற' என்றுகூறி உதயகாலைப் பொழுதினிலே
சிந்தைமகிழ் வுறநிகழும் செயல்களைவிவ ரிக்கின்றார்.

'இரவு விடிந்தது' எனத் தொடங்கி, மூன்று மூன்று அடிகளாக முப்பது அடிகளில், இரவுமுடிந்து, பொழுது விடிந்து, இறைவனைத் தொழுது தாம் அடைந்த நற்பலன்களையெல்லாம் குறிப்பிட்டு வள்ளலார் பாடுகின்றார். கழங்கு என்னும் காயைக் கையிலிருந்து மேலே எறிந்துப் பழங்கால மகளிர் மகிழ்ச்சியோடு ஆடிப் பாடுவது உந்தி பறத்தல் எனப்படும். திருவாசக நூலில் வரும் திருவுந்தியார் பதிகத்தைப் போலவே, திரு அருட்பா பதிகம் ஒன்றும் அதே பெயரோடு அமைந்துள்ளது சிறப்பாகும்,

'இரவு விடிந்து, இருள் அகன்றது. என் மன இருளும் உடன் அகன்று, உள்ளொளி ஓங்கிற்று. இறைவன் திருவடியைப் பரவிப் புகழ்ந்துப் பாலமுதம் உண்டேன். தொழுது மகிழ்ந்து தூயவனானேன். தூக்கம் தொலைந்தது. துன்பம் தவிர்ந்தது. இன்பம் கிடைத்தது. ஞானம் உதித்தது. இனிய நாதம் ஒலித்தது. சிற்சபை தரிசனம் கண்டு சாகாத வரமும், சித்திகளும், முத்தியும் பெற்றுச் சித்தராகிச் சிந்தை களிப்புற்றேன். உந்தீ பற, உந்தீ பற,' என்று பாடுகின்றார்.

124. மெய்யருள் வியப்பு

தேனூறும் இசைகலந்த தெள்ளுதமிழ்ச் சொல்தொடுத்துப்
பானூறும் கண்ணிகளாய்ப் படைத்துளார்,மெய் யருள்வியந்து.

'எனக்கும் உனக்கும் இசைந்த பொருத்தம்' எனத் தொடங்கி இனிக்கும் இசைப் பாடலாக, செஞ்சுருட்டி இராகமும், ரூபக தாளமும் சேர்ந்து ஒலிக்குமாறு ஒரு நூறு கண்ணிகளை உருவாக்கி வள்ளலார் பாடுகின்றார். சிந்தையில் மகிழ்ச்சி பொங்க, சிவத்தொடு தம்மைச் சேர்த்து இருவரிடையே உள்ள பொருத்தம் உலகில் பிறருக்கு எய்தும் பொருத்தமோ என்று அதிசயிக்கிறார். ஒன்றுவிட்டு ஒன்று வரும் வரிகளை எதுகைச் சொற்களால் தொடங்குவதன்றி, அடுத்தடுத்த இரண்டு அடிகளின் இறுதியிலும் அவ்வாறே எதுகைகள் அமைந்து வருவது, பொருட்சுவையோடு சொற்சுவையும் கூட்டுவதாய் உள்ளது இதன் தனிச் சிறப்பாகும். நிருத்தர் நடராசருக்கும் இவருக்கும் இடையில் நிகழ்ந்தவை எல்லாம் சொல்லிப் பொருத்தமுண்டு இருவருக்கும் என உறுதிப் படுத்துகின்றார்.

'சின்ன வயதில் என்னை ஆண்ட சிற்றம்பலத்தின் அருட்ஜோதியனே, எனது உயிரும், உடலும், பொருளும் என்றும் உனதே ஆகுமன்றோ! என்னை நீ ஆட்கொண்டதை எண்ணினால் உள்ளம் உருகுகின்றது. இன்ப வெள்ளம் பெருகுகின்றது. நினைக்க, நினைக்க மனமும், உயிரும், உடம்பும் இனிக்கின்றது. இருளும் ஒளியும் வந்த வகை தெரியாது மயங்கிய எனக்கு அருளும், பொருளும் கொடுத்து, அன்பால் உன் அடியவனாக்கி, நேயனாக்கி, செல்வப் பிள்ளையாக்கி என்னை வளர்ப்பதுடன், அடிகளாக்கிக் கொண்டு எனது அவலமெலாம் அகற்றினையே! எனக்குள்ளே நீயும், உனக்குள்ளே நானும் இருக்கின்ற தன்மையினால், தனக்கு உள்ளதும், தலைவனுக்கு உள்ளதுமான பொருத்தம் மிகச் சரியென்றே நான் மகிழ்கிறேன். அருளமுதம் ஊட்டி, என்னையும், எனுள் உன்னையும் காட்டி, மாறாத கருணை மனத்துடனே ஏறாத உயரத்தில் என்னை ஏற்றிவைத்தனையே!

சிற்றம்பல நடம்காட்டி, சிவம் காட்டி, சித்தித் திறம் காட்டி, முடிசூட்டி அருளாட்சி செய்யுமாறு கருணைச் செங்கோல் செலுத்தச் செய்தனையே! நானும், நீயும் ஒன்றென்று உரைத்து அருட்ஜோதியை எனக்கு நல்கியதால் நம் இருவருக்கும் இசைந்த பொருத்தம் உண்டே!' என உறுதிப்படக் கூறி மெய்யருளை வியந்து பாடுகின்றார்.

125. கீர்த்தனை - 'வருவார் அழைத்து வாடி'

சீர்திகழ்உத் தரஞான சிதம்பரமென வடலூரின்
பேர்திகழ 'நடராசப் பெருமான்வர அழை'என்கிறார்.

'**வ**ருவார் அழைத்து வாடி' எனத் தொடங்கும் பல்லவியையும், அதனை அடுத்து அநுபல்லவி, சரணங்கள் எனத் தொடர்வனவற்றையும், இராகம், தாளத்தோடு இணைந்து இசைப்பதாக அமைத்துக் கீர்த்தனை வடிவப் பாடலாக வள்ளலார் இதனைப் புனைந்துள்ளார். தாம் உருவாக்கிய வடலூருக்கு உத்தர ஞான சிதம்பரம் என்று ஒப்பிலாத பேர் கொடுத்து, அப்பெயருக்கு ஏற்ப தில்லை சிற்றம்பலத்து நடராசப் பெருமான் அங்கு வந்து ஆடல் புரிய வேண்டும் என்ற பேராவல் கொண்டிருந்தார். சிற்றம்பலத்தரசர் மீது அளவிலாப் பற்றும், அவருக்குத் தாம் செல்வப்பிள்ளை என்ற உறவும் வைத்திருந்த வள்ளலார், அவரை வடலூருக்கு வருமாறு அழைத்தால் வருவார்; அழைத்து வா என்று தோழிக்குச் சொல்வதாக இப் பாடலை புனைந்து பாடுகின்றார்.

'திருவிளங்கும் பொன்னம்பலத்தில் திகழும் குஞ்சிதபாதர் அதாவது ஒரு காலைத் தூக்கி ஆடுவதால் வளைந்த பாதங்களை உடையவர் என்றும், சிவ சிதம்பர போதர் என்றும், தெய்வச் சபாநாதர் என்றும் போற்றப்படும் நடராசப் பெருமான் இங்கு வந்தால், நாம் நல்ல வரங்கள் பெறலாம். சிந்தை மகிழுமாறு கண்டு தரிசிக்கலாம். சிவானந்தத் தேனை உண்ணலாம். அடியார்கள் அவருக்குரிய தொண்டுகள் செய்யலாம். மேலும், தில்லையின் ஒடுக்கமான வெளியில் இருந்து நடம் புரிவதிலும், இடுக்கில்லாத பெருவெளியாய் வடலூரில் இடம் உண்டே, நடம் புரிய! தில்லையில் அம்பலம் ஒன்றுண்டு எனில் இங்கு வடலூரில் எட்டு அம்பலம் உண்டே! இங்கும் அங்குமாக விளையாடி இருக்கலாம், வாரீர் என அழைத்து வா' என்றும்,

'மெல்லியலான சிவகாமி அம்மையுடன் விளையாடி அவர் மகிழ்ந்-திடவும், தொல்லை தரும் வினைகள் நீங்கி நமக்கு எல்லையில்லாத இன்பம்

தரவும் நல்ல சமயம் இது என்று சொல்லி நமது இறைவரை அழைத்து வா' என்றும், தழைத்து வளர்ந்தோங்கிய அன்பு மற்றும் தனி உரிமை காரணமாக அழைப்பினை முன் வைத்து, பாடல் இசையோடு வரப் பாடும் கீர்த்தனை வடிவில், ஆடல் செய்ய அரசர் அங்கு வர வேண்டும் எனும் ஆவலை வெளிப்படுத்திப் பாடுகின்றார்.

126. கீர்த்தனை - 'ஆடிய பாதம்'

ஆடியபா தக்கீர்த்தி அழகியகீர்த் தனையில்வரப்
பாடியபா பதினாறும் பண்ணெனும்தன் யாசிராகம்.
(கீர்த்தி – புகழ்)

'ஆடிய பாதம்' எனத் தொடங்கி வள்ளலார் தாம் நாடிய நடராசப் பெருமானின் நற்றாள் மலர்களின் பெருமையைக் கீர்த்தனையாய்ப் பாடுகின்றார். 'பாதம், பாதம்' என்று பாடல் வரிகள் ஒவ்வொன்றிலும் நாதன் திருவடிகளை நாவாரப் புகழ்கின்றார்.

'ஆதி அனாதி பாதம், அம்பலத்தில் ஆடும் பாதம், ஆருயிர்க்கு ஆதாரமான பாதம், அம்மையப்பன் ஆன பாதம், அருட்பெருஞ்ஜோதி ஆகிய பாதம், அன்பர் மனத்தில் அமர்ந்த பாதம், ஆனந்த நாட்டுக்கு அதிபதியான பாதம், அச்சம் தவிர்த்து என்னை ஆட்கொண்ட பாதம், அரிய பேறு அளிக்கும் அழகிய பாதம், ஆரா அமுதம் ஆன பாதம், பாடிய வேதங்கள் தேடிய பாதம், பத்தர் நினைவில் தித்திக்கும் பாதம், தீராத வல்வினையைத் தீர்க்கின்ற பாதம், தெய்வங்களெல்லாம் தெரிசிக்கும் பாதம், சத்திய ஞான தயாநிதி பாதம், சார்ந்து தொழும் உயிர்களுக்கு இன்பருளும் பாதம், பொன்வண்ணம் கொண்ட பாதம், பொருட்பெரும் போகம் பொருந்திய பாதம், துரிய வெளிக்கு உரிய பாதம், சுகமயமாகிய சுந்தர பாதம், நல்லோர்கள் நயக்கின்ற பாதம், நாத முடிவில் நடிக்கின்ற பாதம், ஓங்கார பீடத்தில் ஒளிர்கின்ற பாதம், ஓங்கி என் உள்ளத்தில் உறைகின்ற பாதம்,' என்று இவ்வாறாக சிவசிதம்பர மன்றதனில் நடம் புரியும் மாண்புறு பாதச் சிறப்புகளை இசையொடு கூடிய இனிய கீர்த்தனை வடிவத்தில் செவியினிக்கக் கேட்டுத் தொழும் வகையிலே வார்த்தைகளைத் தேன் கலந்த வருணனையாய் வருவித்துப் பாடுகின்றார்.

127. ஆனந்த மேலீடு

காதூடே தேன்பாயக் கனகசபை நாதன்புகழ்
ஊதாது சங்கென்று ஒவ்வொருவரி யிலும்சொல்வார்.

'கைவிட மாட்டான்' எனத் தொடங்கி, வள்ளலார் கனகசபைக் கடவுள்மேல் தாம் கொண்ட ஆழ்ந்த நம்பிக்கையை அனைவரும் அறியச் செய்பவராகச் சங்கினை ஊதச் செய்கின்றார். தான் அந்தம் இல்லாத தனிப்பெருங்கருணைத் தெய்வத்தின் அருள் கிடைக்கப் பெறும் என்ற ஆனந்தம் அதிகரிப்பால், அடிதோறும் அம்பலவாணரின் அலகிலாப் பெருமையைக்கூறி ஊது ஊது சங்கே என்கிறார்.

அருளுடைய அப்பன் என்றும், ஆனந்தநாதன் என்றும், அம்பலச் சோதி என்றும், அருள்நடம் இடுவோன் என்றும், பொன்னியல் வண்ணன் என்றும், பொதுநடம் புரிவோன் என்றும் வருணித்து, 'சிறப்புமிகு அச் சிற்றம்பலத்தான் என்னைச் சிவமாக்கிக் கொண்டான். அம்பலவாணன் என் அல்லலறுத்து என்னுள் அமர்ந்தான். பொன்னம்பலத்தான் எனக்குப் பொன்னுருவைத் தந்தான். தெள்ளமுதானவன் எனக்குத் திறமெலாம் அளித்தான். நாதமுடியான் தனது பாதம் எனக்கு கொடுத்தான். ஞானசபையான் என்னை நான் அவனாகச் செய்தான். என் எண்ணம் பலித்தது. புண்ணியன் ஆனேன். மெய் தொட்டு நின்று மேல்வெளி கண்டேன். ஆதலினால் கனகசபைக் கருணாநிதியன் என்னைக் கைவிட மாட்டான். இதனை உறுதிப்படுத்துவதாக சங்கே நீ ஊதுவாயாக!' என ஆனந்த மேலீட்டை அற்புதமாக வெளிப்படுத்திப் பாடுகின்றார்.

128. தனிப் பாடல் - 'சிவசிவ சிவசிவ ஜோதி'

வழிபடும்சிவ ஜோதியினை வரிதோறும் வருணித்துத்
தொழுதிடும்வண் ணம்இனிய தோத்திரமாய்ப் பாடுகின்றார்.

'**சி**வசிவசிவசிவஜோதி'எனத்தொடங்கும்பல்லவியும்,அதனைத்தொடரும் சரணங்கள் முப்பத்திரண்டுமாக, வள்ளலார் இந்த தனிப் பாடலைச் சங்கராபரண இராகத்தில் இசைத்து இன்புறும் வகையில் பாடுகின்றார். நான்கடிகள் வீதம் வரும் சரணங்கள் ஒவ்வொன்றையும் பாடியபின், பல்லவியைச் சேர்த்துப் பாடிப் பத்திப் பரவசமாய் சிவஜோதியைத் தொழுது அடுத்தடுத்த சரணங்களையும் அவ்வாறே பாடி அருட்பெருஞ்ஜோதியின் அருளைப் பெறுமாறு பாடலை அமைத்துள்ளார். ஒவ்வோர் அடியிலும் ஒப்பிலா ஜோதியின் பெருமைகளை முன்வைத்து, ஜோதி எனும் சொல்லைப் பின்வைத்து ஆதியீறு இல்லா அம்பலஜோதியையப் போற்றுகின்றார்.

சிற்பரமாம் பரஞ்சோதி, சித்தெலாம் வல்ல சிதம்பர ஜோதி, தற்பர தத்துவ ஜோதி, சித்துருவான ஜோதி, அத்துவிதானந்த ஜோதி, சின்மயமாம் ஜோதி, தன்மயமாய் நிறைந்த ஜோதி, ஓதி உணர அரிய ஜோதி, உயிர்களினுள் ஒளிரும் ஜோதி, வேதாந்தம், சித்தாந்தம், போதாந்தம், நாதாந்தம், யோகாந்தம், கலாந்தம் என்கின்ற ஆறு அந்தங்களில் நிறைந்த ஜோதி, பெருவெளி ஜோதி, வெட்ட வெளியில் விளங்கும் ஜோதி, சிவானந்த ஜோதி, சிவமயமான ஜோதி, உவமையிலாப் பெருஞ்ஜோதி, சச்சிதானந்த ஜோதி, தன்னிகரில்லாத ஜோதி, சுத்த சன்மார்க்கம் தழுவிய ஜோதி, மாணிக்க ஜோதி, மரகத ஜோதி, புண்ணிய ஜோதி, பொன்வண்ண ஜோதி, புத்தமுதாகிய ஜோதி,பூரணமாய் ஒளிரும் ஜோதி, பொறி, புலன் உள்ளும் புறத்தும் பொருந்திய ஜோதி என்று வருணிப்பதோடு, 'என்னை ஆட்கொண்ட ஜோதி, என்னைத் தானாக்கிக் கொண்டு எனதுள்ளே நிரம்பி என்றும் பிரியாத ஜோதி, எனக்கு ஜோதி மணிமுடி சூட்டிய ஜோதி,' என்றும் பாடலே ஜோதிமயமாய் விளங்குமாறு ஜோதி, ஜோதி எனத் துதித்துப் பாடுகின்றார்.

129. நாமாவளி

தாம்ஆழ்ந்த பத்தியுடன் தரிசித்த சிவமதனை
நாமாவளி முழுவதிலும் நாவாரப் புகழ்கின்றார்.

'அ'ம்பலத்து அரசே' எனத் தொடங்கி, நடராஜப் பெருமானின் மாண்பை நாமாவளி அதாவது பெயர்வரிசை சொல்லிப் போற்றும் வகையில், குறுகிய வரிகளுடன், நீண்டு தொடரும் பாடலாக அமைத்து வள்ளலார் பாடித் துதிக்கின்றார். அடுக்கடுக்காக வரும் இரண்டிரண்டு அடிகள் தோறும், வரித் தொடக்கத்தில் சில இடங்களிலும், வரிமுடிவில் எல்லா இடங்களிலும் எதுகைச் சொற்கள் வருவதனால் பொருட்செறிவும், ஓசை நயமும் ஒருங்கே பொருந்தி, ஓதுவதற்கு இனிமை தருவதாய் உள்ளது சிறப்புக்குரியதாகும்.

அம்பலத்தின் அரசே, அருமருந்தே எனவும், அருள் விருந்தே எனவும், ஆனந்தத் தேனே எனவும், பொதுநடத்தரசே, புண்ணியனே எனவும், புலவரெலாம் புகழும் கண்ணியனே எனவும், சிவசிவ சிவசிவ சின்மய தேஜா எனவும், சிவ சுந்தர குஞ்சித நடராஜா எனவும், அருட்பெருஞ்ஜோதி ஆண்டவனே எனவும், அருட்பொது நடமிடும் தாண்டவனே எனவும், உவட்டாது சித்திக்கும் உள்ளமுதே எனவும், தெவிட்டாது தித்திக்கும் தெள்ளமுதே எனவும் சிற்றம்பலப் பெருமானைச் சிறப்பிக்கின்றார்.

ஆடலரசின் பெருமையைப் பாடும் பாட்டின் அருமையைப் பாராட்டுபவராய், நடராஜரைப் பாடும் பாட்டே நறும் பாட்டு என்றும், உலகினரைப் பாடும் பாட்டெல்லாம் வெறும் பாட்டு என்றும், சிதம்பரப் பாட்டே திருப்பாட்டு என்றும், சீவர்கள் பாட்டெல்லாம் தெருப்பாட்டு என்றும், அம்பலப் பாட்டே அருட்பாட்டு என்றும், அது அல்லாத பாட்டெல்லாம் மருட்பாட்டு என்றும் மதிப்பிடுகின்றார்.

130. அருட்பெருஞ்ஜோதி அகவல்

அருட்ஜோதிப் பரம்பொருளை அகவலெனும் பாவடிவில் பொருட்சாரு மொழிகளினால் போற்றிப்புகழ் பாடுகின்றார்.

அகவல் அருட்பாவின் ஒளிமகுடம்

தேனமுதப் பாடல்கள் தெவிட்டாது இனிமை தரும் தெய்வ அருட்பா நூலில் நாம் காணும் ஆறு திருமுறைகளுக்கும் அழகிய, உன்னத ஒளிவடிவ மணிமுடியாய் உள்ளது அருட்பெருஞ்ஜோதி அகவல் ஆகும். ஆறாம் திருமுறையில் வரும் அரிய அருட்பெருஞ்ஜோதி அகவலைத்தான் அருட்பாவின் உச்சமென்றும், சாராம்சம் என்றும் கூறுவர், சமரச சன்மார்க்க ஆன்மிகச் சான்றோர்கள் எல்லாரும்.

அகவல் உருவாக்கமும், அதன் சிறப்பும்

ஊக்கமும், உணர்ச்சியும், ஒளிதரும் உடம்பும், ஆக்கமும் அளிக்கப் பெற்று அருட்பெருஞ்ஜோதி ஆண்டவரின் அருளால் ஆட்கொள்ளப்பட்ட அண்ணல் வள்ளற்பெருமான் தாம் அடைந்த அருட்கவி ஆற்றலினால், ஒன்றரை நூற்றாண்டுகள் முன் ஒரே நாளில் எழுதப்பெற்றது இவ்வகவல் ஆகும். எக்காலத்திலும், எத்திறத்தவரும் ஏற்றுக் கொண்டு ஒருங்கிணைந்து போற்றித் தொழுதுத் துதிக்கின்ற நீண்ட அகவற்பாடலாய் மேம்பட்டு மிளிரும் இதனைப் போல் யாமறிந்த தமிழில் வேறு யாதொன்றும் இல்லையென யாவருமே அதிசயிப்பர். பேச அரிய பெருமை கொண்ட பேரொளியின் மாட்சிமையை ஆசிரியப்பா என்ற அழகு தமிழ்ப் பாடல் வடிவில் ஆயிரத்து ஐநூற்றுத் தொண்ணூற்றாறு அடிகள் கொண்டதாக அமைந்த பாட்டாய், நுணுக்கப் பொருள் கொண்ட நன்முத்துச் சொற்களின் நுட்பமறிந்து ஓதுமாறு வள்ளலார் இதனை அருளிச் செய்துள்ளார்.

அருட் பெருஞ்ஜோதி வழிபாடு அறிமுகம்

மக்களிடையே மிகுந்துள்ள மதம், சாதி என்னும் மதிமயக்க பேதங்களை அவர்கள் விட்டொழித்து, தெளிவு பெற்ற மனத்தவராய்த் தம்மிடம் திரண்டு வருமாறு அவர்களை ஈர்த்து, இருள் அகற்றும் அருள்விளக்கின் ஒளியையே இறைவடிவமாய் வணங்கும் வழிபாட்டு முறையை அறிமுகம் செய்து, அதற்குப் பொருள் விளக்கம் தந்துப் போற்றித் தொழுதுத் துதிக்குமாறு வள்ளலார் இயற்றியது இந்த அகவற் பாடலாகும். அருட்பெருஞ்ஜோதி ஆண்டவர் திருமுன் வந்து இணைந்து நின்று அருள் நாடும் அன்பர்கள் எவருமே அன்னியர் அல்லர், உறவினரே என்றாகித் தூய அறநெறியில் செல்லும் சுத்த சன்மார்க்கர் ஆதல் வேண்டும் என்பது வள்ளலாரின் ஆவலாகும்.

அருட்பெருஞ்ஜோதிப் புகழ்ச்சி

சிவவெளி என்றும், அருள்வெளி என்றும், சுகத்தனிவெளி என்றும், ஞான வெளி என்றும், சச்சிதானந்தத் தனிப்பெருவெளி என்றும் எல்லை பரந்த வெளியாய்த் திகழும் தில்லை சிற்றம்பலத்தின் அரிய பெருமைகளைக் கூறி, அவ்வாணிப் பொன்னம்பலத்தே ஆடல் புரியும் அருட்பெருஞ்ஜோதியரை, கற்பனையெலாம் கடந்து ஒளிதரும் அற்புதச் சிற்சபை அருட்பெருஞ்ஜோதியரை நினைந்து நினைந்து, உணர்ந்து உணர்ந்து, தம் மனதில் கனிந்து கனிந்து உருவான காதலால் வனைந்து வனைந்து வள்ளலார் புகழ்கின்றார்; வாய் இனிக்கப் பாடுகின்றார். அகவலின் தொடக்க வரியில் முத்தாய்த் தோன்றும் சொல்லான 'அருட் பெருஞ்ஜோதி' முடிக்கும் இறுதி வரியிலும் இடம்பெற்று முத்தொடு முத்தாய் இணைந்துப் பொருந்தி நிற்கும்.

அகவலின் முதல் இருபத்தாறு வரிகளிலும், ஒவ்வோர் இரண்டு வரிகளின் தொடக்கமும் தமிழுக்கு உயிராய்த் திகழும் 'அ' முதலான பன்னிரண்டு உயிரெழுத்துக்களை முதன்மை எழுத்தாகக் கொண்டு உயிரோட்டம் தருவதாக அமைந்துள்ளது, அகவலின் தொடக்கத்திற்கு அழகூட்டுவதாகும். தேனூறும் மொழிகளினால் இறைமைப் பண்பைச் சித்தரித்து நாநூறுக்கு அதிகமுறை அருட்பெருஞ்ஜோதியென நாவினிக்கச் சொல்கின்றார். அணி அணியாய் வரும் இரண்டு அடிகள்தோறும் அருட்பெருஞ்ஜோதியென மணிமணியாய்க் கோத்த சொல்லால் மாண்புகூறி வருணிக்கின்றார்.

அருட்பெருஞ்ஜோதியின் உலகப் படைப்பு

அண்டம் எனும் உலகம் முதல் பிண்டம் எனும் உயிரற்ற கருவரை அசைவில்லாதனவாகவும், அசைவனவாகவும் உண்டென நாம் அறிந்துள்ள அனைத்தையும் தோற்றுவித்து, உயிரினங்களை ஊர்வனவாய், பறப்பனவாய், நடப்பனவாய் உற்பத்தியாகச் செய்து, உறைவிடம் தந்து ஆங்காங்கு வாழ்வித்து, நலமும், வளமும், நன்மையும் பெருக நாளும் ஆதாரமாகும் நிலம், நீர், நெருப்பு, காற்று எனும் நிலைகளொடு வானமும் ஆகி, இன்பம் அருளும் சத்தியினால் இனிய மழை பொழிவித்து, தாய் கருப்பையினுள் தங்கிய உயிர்களை ஆய்வுறக் காத்தும், உயிருறும் உடலையும், உடலுறும் உயிரையும் அயர்வறக் காத்தும், எங்கெங்கு இருந்து உயிர்கள் எதெது வேண்டினும் அங்கங்கு இருந்து அவற்றை அளித்தும் இன்புறச் செய்து அன்புறக் காத்து அருள்புரியும் அருட்பெருஞ்ஜோதியரின் சீரும் சிறப்பும் கூறிப் பாடிப் பரவுகின்றார்.

அண்ணல் பெற்ற அருட்கொடை

'ஓதாமலே நான் எல்லாவற்றையும் உணர்ந்திடுமாறு ஒளியளித்து ஆதாரம் எனக்காகி, அனைத்து அறிவையும் அளித்ததுவும், என்னைப் பணிபுரியவைத்து, இறவாத வரமளித்து அன்னையை விடவும் என்னை மிக விரும்பியதுவும், ஆவியிற் கலந்து ஒளிர்வதுவும், நான் அந்தமென்னும் முடிவில்லாதநலம்பெறுமாறுஎனக்கு ஆனந்தம் அளித்ததுவும், அருட்குருவாய் ஆனதுவும், கற்பகமெனும் அரிய மரத்தை என் உள்ளங்கையினிலே கொடுத்து அற்புதங்கள் செய்ய வைத்ததுவும், அளவில்லாத ஒளியை எனக்கு அளித்ததுவும், பற்றுகள் எதுவும் என்னைப் பற்றாவண்ணம் தவிர்த்து, எனக்கு உற்ற அச்சமும், மெலிவும் அகற்றியதுவும், அருள்வழியில் என்னை நிலைபெறச் செய்ததுவும், மூன்று வகையான சித்திகளின் முடிவுகள் முழுதும் எனக்குள் தோன்ற அருள்புரிந்ததுவும், எண்ணியதை எண்ணியவாறே இயற்றுக என்று ஆணையிட்டு, அது நிறைவேற என்னுள் ஓங்கி நிற்பதுவும் அருட்பெருஞ்ஜோதியே' என்று அகமகிழ்ந்து போற்றுகின்றார்.

செந்நெறியில் செலுத்திய சிவம்

சிவமே, சிவமே என்றும், சிதம்பர சிவமே என்றும், சிவம் இவரைச் சன்மார்க்கச் செந்நெறியில் செலுத்தியதைச் சிந்தித்து, சிவமே, சிவமே என்று செவியினிக்கப் பெருமை கூறி, சிவம் இவர்க்கு அளித்த பேற்றைச்

சிந்தை மகிழச் சொல்வார். 'அருளே நம் இயல் என்றும், அருளே நம் வடிவ என்றும், அருளே நம் பொருள் என்றும், அருளே நம் விருப்பம் என்றும், அருளே நம் ஒளி என்றும் அறியவைத்த சிவம் என்னை அருளமுதை உண்ணவைத்து, அருளொளியை அடையவைத்து, ஆதியீறு அறியா அருளரசை இயற்றுக என்று, ஜோதிமா மகுடம் சூட்டி, என் உள்ளகத்து அமர்ந்து, என் உயிரிற் கலந்து, தன் இயலே என் இயலாய், தன் செயலே என் செயலாய், தன் உருவே என் உருவாய், தன் உரையே என் உரையாய், தன் பொருளும், தன் வடிவும், தன் அருளும் எனக்கு அளித்துத் தன் கையில் உள்ள அருட்ஜோதியினைத் தந்தனர் என் கையில்' என்பார். 'சிவரகசியம் தெரிவித்துச் சித்திகள் அனைத்தும் கொடுத்து நவநிலையைக் காட்டியது என் ஞானசற்குரு' என்பார்.'கொல்லா நெறி என்பதுவே குரு அருள் நெறி ஆகுமெனப் பல்காலமாய் எனக்குக் கூறியது மெய்ச்சிவம்' என்பார். 'உயிர்களுக்குள் யாம் இருக்கின்றோம்; எம்முள் உயிர்கள் உள்ளன என்பதை உணர்ந்துகொண்டு, உயிர்களின் நலத்தைக் காக்க வேண்டுமென எடுத்துரைத்த தனித்தந்தை' என்பார். 'ஆன்ற சுத்த சன்மார்க்கம் அணிபெறுமாறு என்னை இங்கு ஈன்று, அமுதம் உண்ண அளித்தது என் இனிய நற்றாய்' என்பார். 'இப்பிறப்பாகிய இகத்திலும், மறு பிறப்பாகிய பரத்திலும் இடர் எனக்கு நேராமல் அகத்திலும், புறத்திலும் என்னுடன் அமர்ந்த உண்மைத் துணைவன் இறைவன் அருட்பெருஞ்ஜோதி' என்பார்.

தொடரும் அருட்பெருஞ்ஜோதிப் புகழ்ச்சி

அடுத்து வரும் நூற்று எண்பதான வரிகளில் அந்தம் எனும் முடிவே இல்லாமல் ஓங்கி ஒளிர்கின்ற அருட்பெருஞ்ஜோதி இறைவன் வடிவத்தைத் தந்தை என்றும், நற்றாய் என்றும், சற்குரு என்றும், பதி என்றும், துணை என்றும், நட்பு என்றும் சிந்தையை மகிழ்விக்கும் உறவு முறைகளைச் சேர்த்து அழைப்பார். மேலும், துதிகள் இன்பம் தருவனவாய்த் தொடர்ந்து வரும் பல நூறு வரிகளில் 'என் தனிச் சத்தே, என்தனிச் சித்தே, ஆரமுதே, ஆனந்த அமுதே, அருள் ஒளி அமுதே, அருட்சிவ மருந்தே, அரும் பெறல் மணியே, அருந்தும் இன்சுவை உணவே, உள்ளமும் உயிரும் தழைத்திடச் செய்யும் அருள்மழையே, நன்னீரே, நாத மந்திரமே, நன்னிதியே, நட்புறவே, நந்தவனப் பூங்காத் தடமே, என்னுளத்து ஏற்றிய விளக்கே, இன்னிசையே, ஏழிசையே, யாழிசையே, மென்காற்றே, செம்பொன்னே, சிவமணியே, செஞ்சுடரே, தீஞ்சாறே, கொம்புத் தேனே, என்னுளே அரும்பி, என்னுளே மலர்ந்து, என்னுளே விரிந்த அன்பின் எழில்மலரே, நறுமணமே, மெய்ப்பொருளே, அருள்ஞான

மெய்க்கனலே, பரம்பொருளே, எங்கே கருணை இயற்கையாய் உளதோ அங்கே விளங்கும் அருட்பெருஞ் சிவமே, யாரே எனினும் அவர்களுக்கு இரங்கிச் சீரே அளிக்கும் சிதம்பர சிவமே, அருள்நெறி ஒன்றே தெருள்நெறி, மற்றெலாம் இருள்நெறி என எனக்கு இயம்பிய சிவமே' என்பனவாகப் பலப்பல வருணனைகள் வருமாறு உருவகம் செய்துப் பொருள் நிறைந்த சொற்களினால் போற்றிப் புகழ் பாடுகின்றார்.

இறைவர் இவர்க்கு இட்ட பணி

'என்னையும் பொருளெனவே எண்ணி எனது உள்ளத்தில் அன்னையும், அப்பனுமாய் அகங்குளிர அமர்ந்திருந்து, அன்பை விளைவித்து, அருட்பேரொளியால் இன்பை நிறைவித்து, என்னையும் உன்னையும் ஒருருவாக்கி அருள்நிலைக்கு என்னை ஏற்றி, உலகத்தில் உள்ள உயிர்களுக்கு உண்டாகின்ற துன்பமெலாம் விலகி இன்புறும் வகையில் செய்ய வேண்டுவனவற்றைச் செய்க என்றும், சுத்த சன்மார்க்கத்தின் சுகநிலையைப் பெற்றிடுக என்றும், உத்தமனாய் உயர்ந்து ஓங்கி ஒளிர்க என்றும் என்னை வாழ்த்திய ஆற்றலின் ஓங்கிய அருட் பெருஞ்ஜோதியே! போற்றி நின் பேரருள்! போற்றி நின் பெருஞ்சீர்!' என அகவலை அழகுற நிறைவு செய்கின்றார். (இறையனார் திருவுளப் படியே, இட்ட பணியை மேற்கொண்டு இனிதே முடித்து இணையிலாப் புகழ்-பெற்றார் வள்ளலார் என்பது உலகறிந்த உண்மை!)

அண்ணலும், அகவலும், ஆன்மநேய அன்பர்களும்

சிற்றம்பலத்து நடராசப் பெருமானுக்குச் செல்வப் பிள்ளை தாம் என்று வள்ளலார் பெற்ற அருட்கொடையும், அருமை மிகு சொற்களின் ஆளுமையும், மிகவல்ல கவித்திறமும், மேம்பட்ட பத்திமையும், மூதறிவும் அகவல் இதனை உருவாக்க அருந்துணையாய் அமைந்தன. அதனால்தான், தேனருவி வெள்ளமெனத் திரண்டு வரும் வருணனையால் தெய்வத்தைத் தமது ஊனுருகி, உளமுருகி, உயிருருகித் துதித்துள்ளார். மனம் ஒன்றிக் கருத்தூன்றி மாண்பறிந்து படிப்போர்க்கு அகவலின் உள்ளார்ந்த பொருள்விளங்கி உண்டாகும் பத்தியினாலும், ஆர்வத்தினாலும் பாராயணம் செய்கின்ற பழக்கம் உருவாகி, நித்தமும் படித்துப் படித்து அவர்களின் நெஞ்சத்தை நீராய் உருகச் செய்து விடும். நீண்டுள்ள பாடலென்று நினைத்து முற்றும் படிக்க முடியாதவரும் சற்றே ஒரு பகுதியேனும் படிக்கத் தொடங்கிவிட்டால்,

பற்றுப் பெருக்கெடுத்து முற்றும் படிக்கத் தூண்டும் முறையில் ஆவலைத் தூண்டவல்லதாய் அமைந்துள்ளது.

அன்பெனும் வலைக்குட்படும் பரம்பொருளாகவும், அன்பெனும் அணுவுள் அமைந்த பேரொளியாகவும், அன்புருவான பரசிவமாகவும் விளங்கும் அருமைமிகு அருட்பெருஞ்சோதியின் அருளும், தனிப்பெருங்-கருணையும் நமக்குத் துணையாகுமாறு நாம் இவ்வகவலை ஓதினால், ஒருமை மனம், சன்மார்க்கம், உயிரிரக்கம், ஆன்ம நேயம் ஆகியவை நம்மிடையே மேலோங்கும். சாதி, மதம் பொய்ம்மையென ஆதியில் உணர்த்திய அருட்பெருஞ்ஜோதியின் நீதியை நாம் பின்பற்றின் சமரசம் எனும் ஒற்றுமை உலகெங்கும் நிலவும்.

131. அருட்பெருஞ்ஜோதி வழிபாடு

உடலென்பது தகரமாக, உள்ளம்கண் ணாடியாக,
சுடரென்பது ஜீவனாக ஜோதிவிளக்கு ஒன்றமைத்து,
இருள்நீக்கி ஒளிவழங்கும் இனியதனிப் பெருங்கருணை
அருட்ஜோதி வழிபாட்டை அறிமுகம்செய் தார்அண்ணல்.

பொதுநெறி உருவாக்கம்

அகத்தில் கறுத்திருந்த மக்கள் அனைவரையும் திருத்துதற்குச் சகத்தில் இறைவன் தம்மை வருவித்ததாகச் சாற்றிச் செயல்பட்ட சான்றோர் நம் வள்ளலார் ஆவார். விதவிதமாய் நிகழ்கின்ற விக்கிரக ஆராதனையால் மதவெறியும், பகையுணர்வும் மக்களிடையே கண்ட அவர், உலகினர் வேற்றுமை யின்றி ஒருமை மனதோடு இணைந்திருக்க அலகில் தனிப்பெருங்கருணை அருட்பெருஞ்ஜோதி வழிபாட்டைப் புதுநெறியாய் முன்வைத்து அதைப் புரிந்து கொண்ட மக்களெல்லாம் பொது நெறியாய் அதை ஏற்றுப் போற்றிப் பின்பற்றுமாறு செய்தார்.

அருட்பெருஞ்ஜோதி வழிபாடு அறிமுகம்

உடல் என்பதைத் தகரமாகவும், உள்ளம் என்பதைக் கண்ணாடியாகவும், உயிர் என்பதை விளக்கின் சுடராகவும் உருவகம் செய்து வள்ளலார் ஜோதி விளக்கு ஒன்றை அமைத்தார். இருளகற்றி ஒளியைத் தருகின்ற ஒப்பற்ற ஒரு விளக்கை ஏற்றி அருளை வழங்கும் கருணை ஒளி வடிவமாக ஆண்டவர் வழிபாடு செய்தார். ஜோதி, சுயஞ்ஜோதி, பரஞ்ஜோதி, அருட்ஜோதி, சிவஜோதி எனச் சுடர் ஒளிரும் ஒளிவிளக்கை வணங்கி, வாமஜோதி (அழகான ஜோதி), சோமஜோதி (ஆகாய ஜோதி), வானஜோதி, ஞானஜோதி, ஏமஜோதி (பாதுகாவல் புரியும் ஜோதி), வியோம ஜோதி (ஆகாய ஜோதி) எனப் பலவாறாய்த் துதித்து வழிபட்டார். வடலூரில் வள்ளலார் வழிபட்ட அருளொளியைக் கடலென மக்கள் திரண்டு வந்து, மாதந்தோறும் பூச

நட்சத்திர நாட்களிலும், மிகச் சிறப்பாகத் தைமாதப் பூச நட்சத்திர நாளிலும் கண்டு வணங்குவது வழக்கமாக நடைபெற்று வரும் நிகழ்வாகும்.

('ஆதியும் அந்தமும் இல்லா அரும்பெரும் சோதி' என்றும், 'சோதியே சுடரே சூழ்ஒளி விளக்கே' என்றும் மாணிக்கவாசகர் திருவாசகத்திலும், 'ஞானச் சுடர்விளக்கு' என்றும் 'செம்பொற்சோதி' என்றும் திருநாவுக்கரசர் தேவாரத்திலும், 'அங்கிங்கு எனாதபடி எங்கும் பிரகாசமாய்' என்று தாயுமானவர் தம் பாடலிலும், 'ஒளிவளர் விளக்கே' என்று திருமாளிகைத் தேவர் திருவிசைப் பாவிலும், 'ஆதிநடு அந்தமிலா அளவில் சோதி' என்று அருணந்தி சிவாசாரியார் சிவஞான சித்தியாரிலும், 'தீப மங்கள ஜோதி' என்று அருணகிரிநாதர் திருப்புகழிலும், 'அலகில் சோதியன்' என்று சேக்கிழார் பெரிய புராணத்திலும் இறைவனைச் சோதி வடிவமாக உருவகித்துத் தொழுதது, வள்ளலார் வகுத்த ஒளிவழிபாட்டுக்கு வலுசேர்ப்பனவாகும்.)

உத்தர ஞான சிதம்பரம்.

வடலூர் திருத்தலத்தில் சத்திய ஞான சபையை நிறுவி, அங்கு சமயச் சடங்கு ஏதுமின்றி, புத்தமைப்பாய்த் திருவிளக்கின் ஒளியை அருட்பெருஞ்ஜோதியாய்ப் போற்றித் தொழும் முறையை வைத்து, உத்தர ஞான சிதம்பரம் என்று ஒப்பிலாத பேர் அதற்களித்து, எம்மனத்தார், எத்திறத்தார், எச்சாதியினர் என்றாலும் சம்மதமாய் இணைந்து நின்று வழிபடும் வகை செய்தார். விளக்கின் ஒளியை மறைப்பனவாக இருப்பவை ஏழு திரைகளாகும். கருப்புத்திரை முதலாகக் கலப்புத்திரை கடைசியாக என இருக்கும் ஏழு திரைகளையும் விலக்கினால் இனிய அருட்பெருஞ்ஜோதி ஒளிவிளக்கு காட்சிதரும். மாயா சத்திகளின் உருவகமான ஏழு திரைகளும் ஒவ்வொன்றாக விலக்கப்பட்டால் விளக்கொளி தெரிவதைப்போல், ஆன்மாவுக்குள்ளும் இறைவனின் அருளொளி தரிசனம் பெறலாம்.

உருவ வழிபாடு இல்லாமல், ஒளிவடிவில் இறைவழிபாட்டை நிறுவிய அருட்பிரகாச வள்ளலாரின் பெருமை உலகம் உள்ளவரையிலும் நிலைத்திருக்கும்.

அருட்பெருஞ்ஜோதி அருட்பெருஞ்ஜோதி
தனிப்பெருங்கருணை அருட்பெருஞ்ஜோதி

திருச்சிற்றம்பலம்

www.ingramcontent.com/pod-product-compliance
Lightning Source LLC
Chambersburg PA
CBHW031622170726
47990CB00016B/334